வாழ்வில் பேரானந்தம் நீ

AF756552

லட்சுமி பாலா

Copyright © Lakshmi Bala
All Rights Reserved.

This book has been self-published with all reasonable efforts taken to make the material error-free by the author. No part of this book shall be used, reproduced in any manner whatsoever without written permission from the author, except in the case of brief quotations embodied in critical articles and reviews.

The Author of this book is solely responsible and liable for its content including but not limited to the views, representations, descriptions, statements, information, opinions and references ["Content"]. The Content of this book shall not constitute or be construed or deemed to reflect the opinion or expression of the Publisher or Editor. Neither the Publisher nor Editor endorse or approve the Content of this book or guarantee the reliability, accuracy or completeness of the Content published herein and do not make any representations or warranties of any kind, express or implied, including but not limited to the implied warranties of merchantability, fitness for a particular purpose. The Publisher and Editor shall not be liable whatsoever for any errors, omissions, whether such errors or omissions result from negligence, accident, or any other cause or claims for loss or damages of any kind, including without limitation, indirect or consequential loss or damage arising out of use, inability to use, or about the reliability, accuracy or sufficiency of the information contained in this book.

Made with ♥ on the Notion Press Platform
www.notionpress.com

என் வாழ்க்கையில் நடக்கும் அனைத்து நன்மைகளும், என் இதயத்தில் இன்னும் வாழ்ந்து கொண்டிருக்கும் என் மாம்ப்பா மாம்மை இருவரால் தான் நடக்கின்றது என்று ஆணித்தரமாக நம்புகின்றேன்.

இந்தப்புத்தகம் என் மாம்மை மாம்ப்பாவிற்கு சமர்ப்பணம்.

பொருளடக்கம்

அணிந்துரை

வித்தியாசமான நடையுடன் கூடிய சஸ்பென்ஸ் கதை. கதை சஸ்பென்ஸ் பாசம் மருத்துவம் கலந்து செல்கின்றது. மர்ம வீட்டில் உள்ள மர்மங்களையும், தன் அக்காவின் மீது கண்மூடித்தனமாக பாசம் கொண்டிருக்கும் தன் கணவனின் தவறையும் சுட்டி காட்டி அதில் வெற்றி பெற்றாளா கோசலா என்பது கதையில்....

திக் திக் நிமிடங்களாக நகரும் கதை....

முன்னுரை

கதை, சமீபமாக நாட்டில் நடக்கும் நெஞ்சையே அதிர வைக்கும் மருத்துவத் திருட்டை மையப்படுத்தி அதனோடு என் கற்பனைகளையும் சேர்த்து ஒரு கிரைம் த்ரில்லராக எழுதியது.

இதில் வரும் அனைத்து கதாப்பாத்திரங்களும், சம்பவங்களும் கற்பனையே. இக்கதை யாருடைய மனதையும் காயப்படுத்தும் நோக்கில் எழுதப்பட்டது அல்ல.

கதையில் உவமையாக சொல்லப்பட்டிருக்கும் மூளையைப் பற்றிய கருத்துக்கள் அனைத்தும் தீர ஆராய்ந்துவிட்டு எழுதியது.

நன்றி

கதையை எழுதும் போது எனக்கு உறுதுணையாக இருந்த என் வாசகர்களுக்கும், என் குடும்பத்தினருக்கும், என் தோழிகளுக்கும், என் கதையை புத்தக வடிவில் வெளியிட உதவி செய்த நோஷன் ப்ரெஸ் நிறுவனத்திற்கும் இத்தருணம் நன்றிகளை தெரிவித்துக்கொள்கிறேன்.

முகவுரை

அன்பிற்கு இனிய வாசகர்களுக்கு என் நெஞ்சார்ந்த வணக்கம். இந்த நாவல் மூலம் உங்களை சந்திப்பதில் பெரு-மகிழ்ச்சி அடைகின்றேன்.

நான் லட்சுமி பாலா. பட்டாசு நகரான சிவகாசியில் பிறந்த எனக்கு, சிறுவயதில் இருந்தே வாசிப்பதில் மிகவும் ஆர்வம். அந்த ஆர்வமே இப்போது என்னை ஒரு எழுத்-தாளராகவும் உருவாக்கி உள்ளது. பங்குச்சந்தை வர்த்தக-ரான நான் இப்போது பகுதிநேரமாக என் கற்பனைகளைக் கொண்டு கதை எழுதிக்கொண்டு இருக்கின்றேன்.

இக்கதை உங்களுக்கு பிடிக்கும் என்று நம்புகின்றேன்.

அன்புடன்

லட்சுமி பாலா

1

அந்த அறை முழுவதும் இருட்டாக கருமை பூசி இருந்தது. வானத்தில் தெரியும் நிலவைப் போல, அந்த இருட்டு அறையில் உள்ள மத்தியப்-பகுதியில் உயரே ஒரு விளக்கு மட்டும் தொங்கிக்கொண்டு இருந்தது. அதன் கீழே எட்டு வயது சிறுவன் ஒருவன் படுத்திருந்தான்.

அவன் தலையைப் பிளந்து, மில்லி மீட்டர் அளவுக்குத் துல்லியமான அளவுகளைக் கொண்டு மூளையில் அறுவை சிகிச்சை செய்து கொண்-டிருந்தான் பிரபல நரம்பியல் துறை நிபுணன் மற்றும் நம் கதையின் நாயகன் கவிதன்.

மிக துல்லியமாக அச்சிறுவனின் மூளையில் இருந்த கட்டிகளை அகற்றிக் கொண்டிருந்தவன், தவறுதலாக மூளையில் உள்ள ஒரு நரம்பை வெட்டி விட்டான்.

அவ்வளவு தான் அந்த சிறுவனின் மூளையில் இருந்து ரத்தம் ஆறாக ஓட ஆரம்பித்தது. கவிதன் ஒரு நிலையிலையே இல்லை. எது-வும் செய்ய முடியாத கையறுநிலையில் வியர்த்து விறுவிறுத்துப் போய் நின்றான்.

அந்த சிறுவனின் குருதி அறை முழுவதும் ஓட ஆரம்பித்தது. கரு-மையாக இருந்த அந்த அறை சிவப்பு அறையாக மாறியது. அந்த குருதி கவிதனின் உடலையும் நனைக்க ஆரம்பித்தது. பயத்தில் தன் கண்கள் இரண்டையும் தன் கைகளால் மூடியவன், ஏதோ பிரகாசமான ஒளி முகத்தில் அடிப்பதைக் கண்டு தன் கைகளை எடுத்தான்.

காட்சிகள் மாறியது. அவன் நின்றிருந்த அறுவை சிகிச்சை அறை திடீரென்று, அரண்மனையில் உள்ள ஒரு அறை போல் மாறியது. அங்கு கவிதனின் முன்னே முப்பதுகளில் இருக்கும் பெண் ஒருத்தி கத்-திக்கொண்டு இருந்தாள்.

“நீ ஒரு கேவலமானவன். நீயெல்லாம் ஏன் உயிரோட இருக்க?.” என்றவள் பின் அவனை முறைத்தபடியே, “உனக்கும் ஒரு பையன் இருக்கான்ல! அவன் நல்லாவே இருக்க மாட்டான்...” என்று ஆவேசத்தோடு சபிக்க ஆரம்பித்தாள்.

அப்பொழுது எங்கிருந்தோ வந்த கவிதனின் நான்கு வயது மகன் துருவனின் குரல் அவன் காதுகளை எட்டியது, “அப்பா.....” என்று உரக்கக் கத்தினான் அச்சிறுவன்.

அந்த கத்தலில், இவ்வளவு நேரம் கனவுலகில் இருந்த கவிதனுக்கு டக் என்று விழிப்பு தட்டியது. அருகில் அவனின் நான்கு வயது மகன், அவன் சட்டையைப் பிடித்து ஆட்டியபடி, “எவ்வளவு நேரம் உங்களை கூப்பிடுறேன். இப்படியா தூங்குறது.” என்றான் பெரிய மனிதத் தோரணையில்.

கவிதனின் உடல் முழுவதும் வியர்வை தொப்பலாக நனைந்திருந்தது. அவன் இதயம் வேகமாக தடக் தடக் என்று துடிக்க ஆரம்பித்தது. அப்பொழுது தான், அவன் விமானத்தில் அமர்ந்திருப்பதை உணர்ந்து மூச்சை இழுத்துவிட்டான்.

நடந்தது அனைத்தும் கனவாக இருந்தாலும், அது உண்மையாக நடந்த சம்பவங்கள் தானே!. அந்த சம்பவங்களின் தாக்கத்தில் இருந்து கவிதனால் இன்று வரை வெளிவர முடியவில்லை.

தலையைப் பிடித்தபடி அமர்ந்திருந்தவனை மறுபடியும் அழைத்தான் துருவன், “அப்பா.... உன்ன எத்தனை தடவை கூப்பிடுறது.” என்று மழலை மொழியில் அரட்டினான். அவன் செய்கையை பார்த்த அனைவருக்கும், அவனை அள்ளி கொஞ்சத் தான் தோன்றும்.

ஆனால் கவிதனுக்கோ, “உன் பையன் நல்லாவே இருக்க மாட்டான்...” என்ற வார்த்தைகள் அவன் காதுகளில் ஒலித்தது. அதே போல் அந்த சிறுவனை நினைத்து அவன் நெஞ்சு உருகிவிட்டது. தன்னுடைய கண்களில் துளிர்த்த கண்ணீரை தன் மகனுக்குத் தெரியாமல் துடைத்துக் கொண்டான்.

பின் எதோ யோசனை செய்த கவிதன், “இல்லை.... இல்லை....” என்று வாய்விட்டு சொல்லியபடியே அவன் அருகில் இருந்த துருவனை கட்டிக்கொண்டான்.

இவர்கள் ஆரவாரத்தில் அவர்கள் பக்கத்து இருக்கையில் உறங்கிக்கொண்டு இருந்த கோசலா கண்விழித்தாள். தந்தை மகன் இருவரையும் கண்களை சுருக்கிப் பார்த்தவள், "என்ன ரெண்டு பேரும் என்னை விட்டுட்டு கொஞ்சிக்கொண்டு இருக்கீங்க." என்று கூறிக்கொண்டே தன் கண்களை நன்றாக திறந்து பார்த்தாள்.

அவளை பார்த்துவிட்டு துருவனைப் பார்த்த கவிதன், "டேய் உன் அம்மாவை எழுப்பி விடாம என்னை ஏன்டா எழுப்பிவிட்ட." என்றான். துருவனின் பிஞ்சி முகத்தைப் பார்த்து தற்செயலாக நடப்புக்குத் திரும்பி இருந்தான் கவிதன்.

இன்பம் துன்பம் எது வந்தாலும் தன் கைக்குள் வைத்து தன்னை பாதுகாக்கும் தன் அன்னையைப் பார்த்தபடியே, "அம்மா பாவம் காலையில் இருந்து எவ்வளவு வேலை செய்யுறாங்க தெரியுமா? நீங்கமட்டும் தான் அப்பா ஒரு வேலையும் செய்யாம நல்லா ஜாலியா இருக்க." என்று மரியாதை சிறிது கலந்தும், சிறிது கலக்காமலும் பேசினான் அந்த பாலகன்.

அவன் பேச்சை கேட்டு அவனை தன் பக்கம் அழைத்து துருவனை கொஞ்சிய கோசலா, "நல்லா உங்க அப்பாக்கு கேட்குற மாதிரி சொன்னடா குட்டிப் பையா." என்றவளை முறைத்துப் பார்த்தான் கவிதன்.

சுமை என்பது வலியல்ல வரம் தான். என்பதை துருவன் வந்த பிறகு தான் உணர்ந்தாள் கோசலா. இவர்கள் வாழ்வில் வந்த பேரானந்தம் தான் துருவன்.

அதைப் பார்த்து, "என்ன முறைக்குறீங்க?. கல்யாணமாகி ஐந்து வருஷம் ஆனதும் குளிர்விட்டுப் போச்சா?" என்று அவனை விரட்ட ஆரம்பித்தாள் கோசலா.

"இல்ல... நான் சும்மா தான் பார்த்தேன் அம்மு. நீ வேற இன்னைக்கு ரொம்ப அழகா இருக்கியா...." என்று அவள் தலையில் அப்படியே ஐஸை தூக்கி வைத்தான். அவன் வார்த்தையில் கோசலாவோ குளிர்ந்து போனாள்.

'தப்பிச்சேன்டா சாமி. இவா அலம்பலை என் பையன் கிட்டையும் சொல்லி வச்சிருக்கா. அதான் அவன் அப்படி பேசுறான்.' என்று மனதிற்குள் நினைத்துக்கொண்டு அவன் எதுவும் பேசவில்லை.

ஆனால் கோசலாவோ, "இங்க பாருங்க கவி, உங்களுக்குகாக தான் நான் நல்லா ஓடிக்கிட்டு இருந்த என்னோட பொட்டிக்கை மூடிட்டு வந்துருக்கேன். அதனால ஆஸ்திரேலியா போனதும், என்னோட இன்னொரு ப்ரான்ச்சை திறக்க நீங்க தான் ஏற்பாடு பண்ணனும்." என்று கூறி அவனுக்கு அதிர்ச்சியளித்தாள்.

பின்னே, ஆளே வராமால் நட்டத்தில் ஓடிக்கொண்டு இருந்த பொட்டிக் நன்றாக ஓடியது என்று அடித்து விட்டால், யாருக்குத் தான் அதிர்ச்சியாகாது?. அதுவும் அவள் இன்னொரு கடைக்கு வேறு இவனிடம் அடி போடுகின்றாள்.

எதுவும் பேசாத கவிதன், தன் தலையை மட்டும் ஆட்டிக்கொண்டு அவளுக்குத் தெரியாமல் சிரிப்பை அடக்கினான். 'எத்தனை வருஷம் போனாலும், கோசலா அலம்பலை மட்டும் நிப்பாட்ட முடியாது.' என்று அவனுக்கு நன்றாக தெரியும்.

அது கோசலாவின் பிறவி குணம். அதை எக்காரணம் கொண்டும் மட்டை வைத்து கட்ட இயலாது. கவிதனை பார்க்க அவன் இருக்கும் மருத்துவமனைக்கு அடிக்கடி செல்பவள், அங்கிருக்கும் செவிலியர்களிடம், "நான் அப்பவே ரொம்ப நல்லா படிப்பேன். பள்ளி படிக்கும் போதே கவிதனை விரும்பியதால் எங்கே அவரை விட பெரிய ஆளாக வந்துவிடுவேன் என்று பயந்து தான், நான் பிபிஏ குரூப் எடுத்தேன்." என்று அசால்ட்டாக அடித்துவிடுவாள். ஆனால் உண்மை என்னவென்றால் இவள் பள்ளி படிக்கும் போது கவிதன் யார் என்று இவளுக்குத் தெரியாது.

கல்லூரி படிப்பை முடித்து, சிறிது ஆண்டுகள் கழித்து மனநிம்மதிக்காக சென்ற நடனவகுப்பில் தான் முதன்முதலாக கவிதனை சந்தித்தாள். அதன் பின்னே தான் அவளுக்குக் காதல் மலர்ந்தது.

கவிதனுக்கு சொந்தம் என்று சொல்லிக்கொள்ள யாரும் இல்லை. அவனின் அன்னையும் ஒரு வருடத்திற்கு முன்பு தான் இயற்க்கை எய்தினார். ஆனால் சொத்திற்கு மட்டும் குறைவில்லை. அவனது தந்தை பெரும் செல்வந்தராக இருந்தவர்.

ஆனால் எவ்வளவு தான் பணம் இருந்தாலும், எந்தவொரு பந்தாவும் இல்லாமல் சாதராணமாகவே இருப்பான். கவிதனைப் போல் ஒரு நல்லவனை வேறு எங்கும் தேடிவிட முடியாது.

சிறந்த மருத்துவன் என்பதற்கு எடுத்துக்காட்டு கவிதன் தான். செல்லும் இடத்தில் எல்லாம் அன்பை விதைப்பவன்.

ஆனால் அவனுக்கு நேரெதிர் அவனின் அன்பு மனைவி கோசலா. காலையில் எழுந்ததில் இருந்து படுக்கப் போகும் வரை ஆடம்பரத்தை கடைபிடிப்பவள். ஏனெனில் அவள் வளர்ந்த விதம் அப்படி.

அதற்காக அவள் கெட்டவள் இல்லை. பேச்சி சிறிது அலட்டலாக இருந்தாலும், இவள் மிகவும் வெகுளி. ஆனால் தன் குழந்தை விஷயத்திலும் வெகுளியகவே இருப்பாளா? என்பதை பொறுத்திருந்து தான் பார்க்க வேண்டும். கோசலாவிற்கு தன் மகன் துருவன் தான் உலகம். நாள் முழுவதும் அவனோடு சேர்ந்து விளையாடுவாள், அரட்டை அடிப்பாள். இதெல்லாம் அவள் பொட்டிக்கில் வைத்து தான் நடக்கும்.

இந்தியாவில் உள்ள பிரபல மருந்தியல் நிறுவனம் ‘சக்ரா பயோ’ நிறுவனத்தின் வாரிசுகளில் கோசலாவும் ஒருத்தி. அவளை வளர்த்த தாயின் வழி பாட்டி தேவிம்மா மூன்று வருடங்களுக்கு முன்பு தூக்கத்திலையே தன் உயிரை விட்டிருந்தார்.

கோசலாவின் தங்கை சித்ர பானு மற்றும் அவளின் கணவன் சுடரோன் சக்ரவர்த்தி சேர்ந்து தான் சக்ரா நிறுவனத்தை இன்றும் நம்பர் ஒன்றாக வைத்துள்ளனர். இவர்களுக்கு அன்பின் அடையாளமாக ஒரு பெண் குழந்தை உள்ளது.

அந்த பெண் குழந்தையை பார்க்கும் போதெல்லாம், அதன் அளவுக்கு மீறிய அறிவாற்றலைக் கண்டு கவிதனுக்கு சற்று பொறாமையாக இருக்கும். ஆனால் தன் நண்பன் சுடரின் குழந்தை தனக்கும் குழந்தை தான் என்று தன் மனதை கடிந்து கொள்வான். ஆம் கோசலாவின் தங்கை கணவன் சுடரோன் சக்கரவர்த்தி, கவிதனின் நெருங்கிய நண்பன். அவன் கோசலாவிற்க்கு சொந்த மாமன் மகன் தான்.

சுடரோனின் குழந்தை, பொம்மை ஊசி மற்றும் ஸ்டெதாஸ்கோப்பை வைத்து விளையாட, கவிதனின் மகனோ சின்ன சின்ன செப்பு சாமான்களை வைத்துக் கொண்டு, சமைக்கிறேன் பேர்வழி என்று வெறும் சாமானை உருட்டிக்கொண்டு இருப்பான்.

அதைப்பார்த்து, “என் பையன் வருங்காலத்துல பெரிய பெரிய ஹோட்டல்க்கு செப் ஆகப்போறான்.” என்று பெருமைபட்டுக்கொண்டு அவனை உற்சாகப்படுத்த ஆரம்பிப்பாள்.

இதைப்பார்த்து கவிதன் தான் தன் தலையில் அடித்துக் கொள்வான், 'என்னோட பையனை இவளை மாதிரி மாத்தாம இருந்தா சரி தான்.' என்று நினைத்துக் கொள்வான்.

இப்படி தான், காதலிக்கும் போது காதலி செய்யும் அனைத்தும் ரசிக்க வைத்த விஷயங்கள், திருமணமானதும் அவள் செய்யும் விஷ-யங்கள் பைத்தியமாகத் தோன்றும். அந்த நிலையில் தான் இருந்தான் கவிதன்.

****

விமானம் ஆஸ்திரேலியாவில் மெல்போர்ன் நகரில் உள்ள சர்வதேச விமான நிலையத்தில் வந்திறங்கியது. இவர்கள் விமான நிலையத்தில் இருந்து வெளியே வர அவர்களுக்காக காத்துக் கொண்டு இருந்தது ஒரு கருப்பு நிறக்கார்.

அதைப் பார்த்து தன் நெற்றியை சுருக்கிய கோசலா, "நாம கண்-டிப்பா அங்க தான் தங்கப்போறோமா கவி?." என்று வினாவினாள்.

முன்னே துருவனின் கையைப் பிடித்தபடி சென்று கொண்டிருந்த கவிதன், கோசலாவின் கேள்வியில் திரும்பி அவளைப் பார்த்து, "இப்ப எதுக்கு இந்த கேள்வி?. நாம அங்க தான் தங்கப்போறதா சொல்லி தானே உன்னை அழைச்சிட்டு வந்தேன்." என்றான் அவளை நேர்-பார்வை பார்த்தபடி.

"எனக்கு அடுத்தவங்க வீட்டில் தங்கி பழக்கம் இல்லை கவி. ப்ளீஸ் அங்க வேண்டாமே!." என்றாள் கெஞ்சிய குரலில்.

"ஏன் இத்தனை வருஷத்திற்குப் பிறகு என் குடும்பத்துடன் நான் சேருவதில் உனக்கு விருப்பம் இல்லையா?" என்றான் கோபமாக.

அவன் கோபத்தில் ஒரு நிமிடம் சிலையென்று நின்றுவிட்டாள் கோசலா. கல்யாணமாகி வந்ததில் இருந்து, அவன் இவளிடம் ஒரு முறை கூட கோபப்பட்டதில்லை.

2

மகிழுந்தில் செல்லும் போது கோசலா அமைதியாகவே வந்தாள். அவள் மடியில் அமைதியாக அமர்ந்து ஜன்னல் பக்கம் வேடிக்கைப் பார்த்தபடி வந்தான் அவளின் மகன் துருவன்.

இது நாள் வரை தன்னிடம் கடுமையைக் காட்டாத கவிதன் முதன்முதலாக தன்னை கடிந்து கொண்டதை நினைத்து வருந்தியபடியே வந்தாள் கோசலா. அயிரை மீனைப் போன்று இருந்த அவள் கண்களில் தேங்கி இருந்த கண்ணீர் இப்பவோ அப்பவோ என்று கிழே சிந்த காத்திருந்தது.

அதனால் அவள் பார்வை தெளிவில்லாமல் பிறந்த குழந்தையின் பார்வையை ஒத்திருந்தது. பொதுவாக புதியதாக பிறந்த குழந்தைக்கு பார்வைக் குறைபாடு இருக்கும். பிறப்புக்குப் பிறகு, முதல் சில வாரங்களுக்கு அவர்களால் கருப்பு, வெள்ளை மற்றும் சாம்பல் நிறத்தை மட்டுமே பார்க்க முடியும்.

ஏதோ ஒரு நம்பிக்கையில் கவிதன் தன்னை சமாதானப்படுத்துவான் என்று காத்துக்கொண்டிருந்தாள் கோசலா. ஆனால் அந்த காத்திருப்பு நீண்டு கொண்டே சென்று, அவர்கள் இறங்கும் இடம் வந்துவிட்டது.

தன் கண்களில் தேங்கி இருந்த கண்ணீரை, தன் கைக்குட்டையால் துடைத்துக்கொண்டவள், துருவனையும் தூக்கிக் கொண்டு மகிழுந்தில் இருந்து இறங்கினாள்.

அங்கே தன் முன்னே பிரமாண்டமாக அமைத்திருந்த மாளிகையைக் கண்டு ஒரு நிமிடம் அதிர்ந்தாள். அந்த மாளிகையைக்கு, அவள் பிறந்த வீடு ஒன்றும் குறைந்ததில்லை. ஆனால் கவிதனின் குடும்பம் பரம்பரை பணக்காரர்கள் இல்லை. அப்படி இருக்க எப்படி இதுபோல் பிரிட்டிஷ் அரச குடும்பத்திற்கு இருக்கும் அதே போல் ஒரு மாளிகை உள்ளது?

என்பதை நினைத்து தான் அவள் அதிர்ச்சியடைந்தாள்.

அப்பொழுது தான் அன்று கவிதன் இவளிடம் சொன்னதும் நியாபகம் வந்தது. "நாம் இன்னும் ஒரு வாரத்தில் ஆஸ்திரேலியா போகப்போறோம் கோசலா. அதுக்கு தேவையான ஏற்பாட்டை செய்யணும்." என்று பரபரப்பாக அலமாரியில் இருந்து எதையோ எடுத்துக்கொண்டே பேசினான் கவிதன்.

தன் வெண்டை விரல் நகங்களுக்கு நகபூச்சை அடித்துக்கொண்டிருந்தவள், அவனை நிமிர்ந்து பார்த்து, "போன வாரம் தானே போயிட்டு வந்தீங்க. இன்னொருக்கப் போகணும்னா நீங்க மட்டும் போயிட்டு வாங்க. நான் என்னோட பொட்டிக்கை விட்டுட்டு எங்கையும் வரமுடியாது. என்னோட வாடிக்கையாளர்கள் வேற நிறையா ஆர்டர் பண்ணியிருக்காங்க." என்று அலம்ப ஆரம்பித்தாள்.

தன் இடுப்பில் கையை வைத்தபடி அவளை பார்த்தவன், "ஆமாம் அப்படியே வாடிக்கையாளர்கள் வந்து குவிந்த வண்ணம் இருக்காங்க பாரு." என்று முணுமுணுத்தான்.

"என்ன சொன்னீங்க?" என்று கோசலா கேட்டதும்.

"நாம அங்க தான் இனி இருக்கப்போறோம். அங்க இருக்குற மருத்துவமனைக்கு நான் தேவை." என்று தலையை குனிந்து கொண்டே சொல்லிமுடித்தான்.

அவனை ஒரு நிமிடம் பார்த்தவள், "அங்க வர எனக்கு ஓகே தான் கவி. ஆனா அடிக்கடி என் தங்கையையும் அவள் குட்டிப்பெண்ணையும் பார்க்க இந்தியா வந்துடுவேன். சரியா." என்று அவள் கேட்டதும், "சரி." என்று தன் தலையை ஆட்டிக்கொண்டான்.

"ஆமா, அங்க நாம தங்குறதுக்கு, உங்க மருத்துவமனை நிர்வாகமே இடம் பார்த்துக் கொடுத்துருவாங்களா?." என்று தன் சந்தேகத்தைக் கேட்டாள்.

"இல்லை. நாம் என் அக்கா வீட்டில் தான் தங்கப்போறோம்." என்று சொல்லி தன் முகத்தை அழுந்த துடைத்தான்.

"அக்காவா? அது யாரு? எனக்குத் தெரியாம?' என்று வரிசையாக தன் கேள்விகளை அடுக்கினாள்.

"என்னோட சொந்த அக்கா. என்னோட அப்பாக்கும் பெரியம்மாக்கும் பிறந்தவ...." என்று சொல்லி நிறுத்தினான்.

அவன் பதிலில் திகைத்தவள், 'ஒழுங்கா விசாரிக்காம அவசரப்பட்டு கல்யாணம் பண்ணிட்டியேடி கோசலா.' என்று மனதினுள் தன்னையே கடிந்து கொண்டவள், கவிதனிடம், "என்னங்க இது கேட்கவே நாரகா-சமா இருக்கு. எனக்குப் புரியும்படி தெளிவா சொல்லுங்க." என்றாள்.

தன் மூச்சை இழுத்துவிட்டவன், "என்னோட அப்பாக்கு இரண்டு தாரம். எங்க பெரியம்மாக்கு குழந்தை இல்லை. அதனால் எங்க அப்பா எங்க அம்மாவை இரண்டாவதா திருமணம் செஞ்சாங்க. அதுக்குப் பிறகு தான் எங்க பெரியம்மாக்கு குழந்தை உண்டானது. அதன் பின் அவங்க ஆஸ்திரேலியா போயிட்டாங்க. அப்பா எங்க கூடவே இருந்துட்டாரு.

எங்க அக்கா, அப்பா பாசம் இல்லாமலே வளர்ந்தாங்க. ஆனா அப்பா இங்க இருந்தே அவங்களுக்கு செய்ய வேண்டிய உதவியை செஞ்சாங்க. இப்ப சமீபத்தில் ஆஸ்திரேலியா போனப்ப தான் எங்க அக்காவை பார்த்தேன். எங்க பெரியம்மாவும் இறந்துட்டாங்க. 'எனக்கு இருக்குற சொந்தம் நீ ஒருத்தன் தான்னு.' சொல்லி ரொம்ப அழுதாங்க. என்னை அவங்க கூடவே வர சொன்னாங்க." என்று மிகுந்த வேதனை-யுடன் கூறினான்.

அவன் வேதனையைப் பார்த்து இவளுக்கு ஒன்றும் பரிதாபம் வந்து-விடவில்லை. 'என்னோட தேவிம்மா ரொம்ப வருஷம் குழந்தை இல்லா-மல் இருக்கும் போதே, எங்க தாத்தா வேற கல்யாணம் பண்றதைப் பத்தி நினைச்சி கூட பார்க்கலைன்னு எங்க தேவிம்மா சொல்லுவாங்க. அது குடும்பம்! இதுவும் குடும்பம்....' என்று வடிவேலு பாணியில் கவிதனின் குடும்பத்தை தன் மனதினுள் கலாய்த்தாள்.

அவள் ஒரு மாதிரியாக சிரிப்பதைப் பார்த்து, அவள் நினைப்பதை அறிந்து கொண்ட கவிதன், "கோசலா ப்ளீஸ்! இறந்தவங்களைப் பத்தி யோசிக்காம, இருக்குறவங்களைப் பத்தி யோசி. எங்க அக்கா பாவம்." என்று மிகவும் வருத்தத்துடன் கூறினான்.

அவன் வருத்தத்தில், தானும் வருத்தம் அடைந்தவள், "சரி கவி. ஆனா நாம் அவங்க வீட்டில் தங்கினால் அவங்க புகுந்த வீட்டினர் நம்மை தப்பா நினைக்க மாட்டாங்களா?" என்று தன் சந்தேகத்தைக் கேட்டாள்.

"இல்லை கோசலா. இதை தான் நான் என் அக்காவிடம் கேட்-டேன். அந்த வீடு என் அப்பா, பெரியம்மாவுக்காக வாங்கிய வீடு தான்.

அந்த வீட்டில் உனக்கும் பங்கு இருக்குன்னு அக்கா சொன்னா. ஆனா நான் பங்குக்காக அங்க போகணும்னு நினைக்கவில்லை. என்னோட அக்காவின் மன அமைதிக்காகத் தான் அங்கு போகணும்னு நினைக்-குறேன்.'' என்று சொன்னவன், இவன் அங்கு செல்வதால் இவன் அக்-காவிற்கு என்ன மனநிம்மதி ஏற்படப்போகிறது என்பதை மட்டும் சொல்-லவில்லை. அதை கோசலாவும் கேட்கவில்லை.

உறவினர்கள் இல்லாமல் தனித்தே வளர்ந்தவன், இப்பொழுது தன் தந்தை வழி உறவை பார்த்ததும் மகிழ்ச்சி அடைந்து அதை புதிப்பிக்க நினைக்கிறான். 'ஏதோ நல்லா இருந்தால் சரி தான்.' என்று நினைத்-துக்கொண்டு, அவன் சொல்வதற்கு தலையை ஆட்டினாள் கோசலா.

ஆனால் அங்கே செல்லும்போது தான் கோசலாவிற்கு கொஞ்சம் பதற்றமாக தோன்றியது. அதில் தான் அவள், "அவசியம் அங்கே செல்ல வேண்டுமா?.'' என்று கேட்டு கவிதனிடம் திட்டும் வாங்கியிருந்-தாள்.

அவள் யோசனையைக் கலைத்த கவிதன், "இங்க நின்னுட்டு என்ன யோசிச்சிக்கிட்டு இருக்க?. உள்ள போகலாம் வா.'' என்று அவளை அழைத்துக்கொண்டு வீட்டினுள் நுழைந்தான்.

அவர்கள் உள்ளே நுழைந்ததும் அவர்களை நோக்கி ஓடி வந்தாள் ஒரு பெண். வயது முப்பதுகளில் இருக்கலாம். பார்க்க கவிதனை உரித்து வைத்திருந்தாள். பார்த்தும் இவள் தான் கவிதனின் அக்கா என்று உணர்ந்து கொண்டாள் கோசலா.

ஓடி வந்து கவிதனை அணைத்துக்கொண்டவள், "எனக்கு இப்ப தான் சந்தோஷமா இருக்கு கவி. எங்க நீ திரும்ப வராம விட்டுருவி-யோன்னு ரொம்ப பயந்துட்டேன். எனக்கு இப்ப தான் மகிழ்ச்சி.'' என்-றாள். அங்கே ஒரு அழகான அக்கா தம்பி பாச போராட்டம் நடந்து முடிந்தது.

பின் மெதுவாக கோசலாவை திரும்பி பார்த்த கவிதன், "கோசலா இவங்க தான் என்னோட அக்கா நிலா. ஆஸ்திரேலியாவிலையே மிகப்-பெரிய குழந்தைபேறு மருத்துவர்.'' என்றான்.

அதைக்கேட்டு வெட்கப்பட்ட நிலா, "என்னடா தம்பி...'' என்று சொல்லியபடியே கோசலாவிடம் திரும்பியவள், அவள் கையில் இருந்த துருவனை ஆழ்ந்து பார்த்தாள்.

அவனைப் பார்த்தும் நிலாவின் முகம் பிரகாசம் அடைந்தது, கோசலாவின் அறிமுகத்தை சொல்வதற்கு முன்பே, அவள் கையில் இருந்த துருவனை வெடுக்கென்று பிடுங்கினாள். கோசலா ஒரு நிமிடம் அதிர்ச்சியாவிட்டாள். கவிதனோ எதுவும் சொல்லாமல் திருதிருவென்று முழித்தபடி நின்றிருந்தான்.

அதை எதையும் கண்டுகொள்ளாத நிலாவோ, “செல்லாம்! என்னை பார்க்க வந்துட்டீங்களா?.” என்று கொஞ்சிய படியே துருவனை உள்ளே தூக்கிக் கொண்டு சென்றாள். துருவனும் அரை உறக்கத்தில் இருந்ததால் எதுவும் பேசவில்லை.

அதிர்ச்சியில் இருந்து விடுபட்ட கோசலா, “என்னங்க அவங்க பாட்டுக்கு வந்தாங்க, குழந்தையை என் கையில் இருந்து பிடுங்கிட்டுப் போயிட்டாங்க!. கேட்டா நானே தரப்போறேன்.” என்றாள்.

அவள் குழந்தையை கொஞ்சக் கேட்டால் தந்துவிட்டுப் போகிறேன் என்ற அர்த்தத்தில் தான் சொன்னாள். ஆனால் கவிதனோ, அந்த வார்த்தையை அவள் வாக்காக சொல்லியதாக சொல்லி அவளை நரகத்தில் தள்ளப் போகின்றான் என்று அப்போது அவளுக்குத் தெரிந்திருக்கவில்லை.

“இல்ல, அக்காக்கு குழந்தைகள் என்றால் மிகவும் விருப்பம் அதான்.” என்று எதுவோ கூறி சமாளித்தான். அப்போது அங்கு வந்த நிலாவின் கணவன் நகுல், “அடடே, உள்ள வா கவி.” என்றவன் கோசலாவிடம் திரும்பி, “நீயும் வாம்மா.... ஏன் வெளியவே நிக்குறீங்க?. ஆமாம் உங்க பையனை எங்க காணோம்.” என்று அவர்கள் பின்னால் பார்த்தான்.

“அக்கா வாங்கிட்டு உள்ள போனா மாமா.” என்றான் கவிதன்.

“உங்க அக்கா இருக்காளே!. குழந்தைகளை பார்த்தா அவளுக்கு எல்லாம் மறந்துவிடும். நீங்க வாங்க.” என்று கூறி உள்ளே அழைத்துச் சென்றான்.

இவர்கள் வரவேற்பு அறையில் சென்று அமர்ந்ததும், குனிந்து கொண்டே வந்த இளம் வயது பெண் ஒருத்தி, அவர்களுக்கு தேநீரை பரிமாறிவிட்டு சென்றாள்.

அவளின் தோற்றம் கிராமத்திலிருந்து வந்தவள் போல் இருந்தது. பாவடை சட்டை தாவாணி அணிந்திருந்தவள், சரியாக உண்ண மாட்-

டாள் போல. பார்க்கவே எழும்பும் தோலுமாக இருந்தாள். நன்றாக இருந்தால் அவள் வயது இருபதிற்குள் தான் இருக்கும்.

கோசலா அந்த பெண்ணையே தான் பார்த்துக்கொண்டிருந்தாள். ‘இந்த பெண் ஆஸ்திரேலியாவில் எப்படி?’ என்பது தான் அவள் கேள்வியாக இருந்தது.

ஆனால் கவிதனோ அதை சிறிதும் கண்டுகொள்ளாமல், நகுலிடம் தீவிரமாக தன் தொழிலைப் பற்றி பேசிக்கொண்டிருந்தான்.

சிறிது நேரம் பேசிவிட்டு நகுல், “சரி ரெண்டு பேரும் ரெஸ்ட் எடுங்க. எனக்கு ஒரு முக்கியமான அறுவை சிகிச்சை இருக்கு.” என்றவன் மேஜையிலிருந்த மணியை அடித்தான்.

அவன் அடித்த மணி சத்தம் கேட்டு இன்னொரு பெண் வெளியே வந்தாள். அப்பொழுது வந்த பெண் போலவே இவளும் சிறு பெண்ணாக இருந்தாள். அவளைப் போலவே தாவணி அணிந்திருந்தாள். ஆனால் அவளைப் போல் நலுங்கிய தோற்றத்துடன் இல்லாமல் திடமாகவே இருந்தாள்.

அவள் இவர்கள் அருகில் வந்ததும், “இவங்க லக்கேஜை கொண்டு போய் மேலே வலது பக்கம் உள்ள அறையில் வைத்துவிடு.” என்று அவளுக்கு உத்தரவிட்டான் நகுல். அந்த பெண்ணும் பொதி மூட்டைகளை தூக்கிக்கொண்டு சென்றாள்.

பின் நகுல் இவர்களிடமிருந்து விடைபெற்றான். கோசலாவின் மனதில் ஆயிரம் வினாக்கள் ஓடினாலும், அவள் எதையும் வாய்விட்டு அப்போது கேட்கவில்லை. கோசலா என்னதான் தன்னை தைரியமாக காட்டிக்கொண்டாலும், அவள் தைரியம் அவள் கணவன் வரை தான்.

‘இதை பிறகு கவியிடம் கேட்டுக்கொள்ளலாம்.’ என்று நினைத்துக்கொண்டாள்.

பின், “ஏங்க! துருவ் போய் ரொம்ப நேரமாச்சி. அவன் அழ ஆரம்பிச்சிருவான். நீங்க வேகமா போய் அவனை அழைச்சிட்டு வாங்க.” என்றாள்.

தலையை மேலும் கீழும் ஆட்டிக்கொண்ட கவிதன், “இதோ போறேன்.” என்று சொல்லும் போதே, “அப்பா.......” என்று கத்திக்கொண்டே ஓடி வந்த பெண் குழந்தை ஒன்று அவன் கால்களை கட்டிக்கொண்டது.

3

அழகாக ரெட்டை ஜடை போட்டு துள்ளி வந்த ஐந்து வயது பெண் குழந்தை ஒன்று, "அப்பா...." என்று கத்திக்கொண்டே வந்து கவிதனின் கால்களை கட்டிகொண்டது.

கவிதனும் அந்த குழந்தையை தூக்கி உச்சி முகர்ந்தான். "ஹேய் பேபி! பார்த்துவா... இந்த மாதிரி ஓடி வரக்கூடாதுன்னு உனக்கு எத்தனை முறை சொல்லிருப்பேன்." என்றவன் அந்த குழந்தையுடன் தனி உலகத்தில் இருப்பதைப் போல் இருந்தான்.

மனித உடலில் அதிகம் வேலை செய்யும் கண்ணின் தசைகள், கோசலாவிற்க்கு இன்னும் வேகமாக வேலை பார்க்க ஆரம்பித்தது. அவள் அந்த குழந்தையையும், கவிதனையும் மாறி மாறி பார்த்துக்கொண்டு இருந்தாள்.

சில நிமிடங்கள் காத்திருந்தவள் பின் தன் பொறுமையை இழந்து, "கவி..." என்று அவனை கூப்பிட்டாள்.

ஆனால் அவனோ அவள் கூப்பிட்டதைக் கவனிக்காமல் அந்த குழந்தையுடன் பேசிக்கொண்டு இருக்கவே, "கவி...." என்றாள் இன்னும் கொஞ்சம் சத்தத்தைக் கூட்டி.

அதைக்கேட்டு கோசலா புறம் திரும்பியவன், "இப்ப ஏன் கத்துற? மெதுவா பேசு. குழந்தை பயப்படப்போறா." என்றான் குழந்தையின் தலையை தடவியபடி.

அதற்கு ஆரஞ்சு சுளை போல் இருந்த தன் உதட்டை சுழித்தவள், "ரொம்பத்தான்." என்று முணுமுணுத்தவள், "ஆமாம் இந்த பொண்ணு யாரு? உங்க அக்கா பொண்ணா?." என்று கேட்டாள்.

அதற்கு கவிதன் பதில் பேசும் முன்பே, “அக்கா பொண்ணுன்னா, எதுக்காக அவா அப்பான்னு கூப்பிடப்போறா?.” என்று சொல்லிக்கொண்டே, ஒரு பெண் அப்பொழுது தான் வெளியிலிருந்து வரவேற்பறைக்குள் வந்தாள்.

குரல் வந்த திசையில் பார்த்த கோசலாவிற்க்கு, அல்ட்ரா மாடர்ன் உடையில் ஒரு பெண் காட்சியளித்தாள்.

அவளைப் பார்த்ததும் தன் முகத்தை வேறு பக்கமாக திருப்பிக்கொண்டான் கவிதன். அவளது உடையையும் தன் உடையையும் பார்த்துக்கொண்ட கோசலா, தான் இந்த இடத்திற்கு பொருத்தம் இல்லாததைப் போல் உணர்ந்தாள்.

அவளும் ஒன்னும் சாதரணமான உடையில் இல்லை. அழகாக வடிவமைக்கப்பட்ட பலூஸா பேண்ட்டும் அதற்கு ஏற்றபடி டாப்சும் அணிந்திருந்தாள். இதில் வேடிக்கை என்னவென்றால் தன் உடையை தன் பொட்டிக்கில் எடுக்காமல் வேறு ஒரு பிரபல ஆடை வடிவமைப்பாளரிடம் இருந்து வாங்கி இருந்தாள்.

அவ்வளவு தூரம் பயணம் செய்து வந்ததால் அவளின் மேல் பூச்சு கலைந்து போய் இருந்தது. ஆனால் எந்த வித மேல் பூச்சும் இல்லாமல் இன்னும் அவளது முகம் பளிச்சென்று தான் இருந்தது.

ஆனால் அதை உணராத கோசலாவோ, ‘முதல்ல நல்லா குளிச்சிட்டு, மேக்அப் போட்டுக்கணும்.’ என்று நினைத்துக்கொண்டாள்.

கோசலாவின் அருகே வந்து நின்ற அப்பெண் இவளை மேலும் கீழும் பார்த்துவைத்தாள். கோசலா தன்னை உற்று பார்ப்பதை பார்த்த அப்பெண் தன் பார்வையை சற்றென்று மாற்றிக்கொண்டு, “ஹாய் என் பெயர் பார்பி. அவா என்னோட பொண்ணு தியா.” என்றாள் முகத்தில் ஒட்டிய போலி புன்னகையுடன்.

“சரி பார்பி. எதுக்காக உங்க பொண்ணு இவரை அப்பான்னு கூப்பிடுது.” என்றாள் கவிதனை சுட்டிக்காட்டி.

அப்பொழுத்து தான் திரும்பிய கவிதன், குழந்தையை கீழே இறக்கிவிட்டபடி, “ஹேய் கோசலா குழந்தையைப் போய்..... என்ன இது பேசாம இரு.” என்று சொல்லிவிட்டு, “தியா நீ போய் விளையாடு. நான் ரெஸ்ட் எடுத்துட்டு வரேன்.” என்று சொன்னதும், அவன் பேச்சை கேட்டு அந்த குழந்தையும் உள்ளே சென்றது.

பின் கோசலவின் முகத்தை பார்த்தபடியே, “இவங்க பார்பி. நகுல் மாமாவோட தங்கச்சி. இவங்களும் இங்க தான் இருக்காங்க.” என்றவன் பார்பியிடம் திரும்பி, “இவங்க என்னோட.....” என்று சொல்ல வருவதற்குள், “உங்க மனைவியைப் பற்றி போன தடவை வரும் போதே எனக்கு சொல்லி இருக்கீங்க கவி.” என்று சொல்லிவிட்டு பெரிய ஜோக்கை சொன்னது போல் சிரிக்க ஆரம்பித்தாள்.

அவள் சிரிப்பில் எரிச்சல் அடைந்த கோசலா, “ஓகே. நான் அறைக்கு போறேன். நீங்க துருவை கூட்டிட்டு வாங்க.” என்று சொல்லிவிட்டு மேல் இருக்கும் அறைக்குள் சென்று கதவடைத்தாள்.

சென்றவளையே பார்த்துக்கொண்டிருந்தவன், பார்பியின் குரலில் நடப்புக்குத் திரும்பினான்.

“கவி...” என்று தயங்கியபடி அழைத்தாள் பார்பி. “ம்... சொல்லுங்க பார்பி.” என்று சொல்லியபடியே அவளைத் திரும்பி பார்த்தான்.

“அது வந்து.... என்னை மன்னிச்சிருங்க. அன்னைக்கு நான் ஒரு முட்டாள் மாதிரி நடந்துருக்கேன். நான் எதுக்காக உங்களிடம் அப்படி கேட்டேன்னு எனக்கே தெரியல!. நான் என்னை நினைச்சே ரொம்ப கேவலப்படுறேன். அன்னைக்கு நான் நடந்ததை நினைச்சி என்னை ஒதுக்கி வைக்காதீங்க கவி. ப்ளீஸ்.” என்று வருத்தத்துடன் கண்ணீர் சிந்தினாள்.

தொலைக்காட்சி தொடரில் வரும் கதாப்பாத்திரங்கள் அழுதாலே பொறுக்காத நம் நாயகன் கவிதன், தன் எதிரே நின்று ஒரு பெண் கண்ணீர் சிந்துவதைப் பார்த்து சும்மா இருப்பானா. உடனே, அவள் நாடியைப் பிடித்து, முகத்தை நிமிர்த்தியவன், “சரி நான் உன்னை மன்னிச்சிட்டேன். இனி இது போல் நீ அழக்கூடாது.” என்று கூறிக்கொண்டே அவளின் கண்ணீரை துடைத்தவன், நட்பு ரீதியாக அவளை அணைத்து, “ஒன்னும் இல்லை பார்பி இதுக்கெல்லாம் அழுகாத.” என்று கூறி சமாதானப்படுத்தினான்.

அறைக்குள் சென்ற கோசலா, “இவரு இன்னும் என்ன தான் செய்றாரு.” என்று எண்ணியபடியே கீழே சென்றாள். அப்பொழுது பார்பி பேசிய அனைத்தையும் கேட்டவள், பின் அவர்கள் இருவரும் அணைப்பதைப் பார்த்து சத்தமில்லாமல் மீண்டும் தன் அறைக்குள் சென்றாள். அந்த பக்கமாக திரும்பி நின்ற கவிதன் இவள் வந்து விட்டு சென்றதை

கவனிக்கவில்லை.

ஆனால் பார்பி கோசலாவைப் பார்த்துவிட்டு விஷமப் புன்னகை ஒன்றை சிந்தினாள்.

இங்கே தன் அறைக்குள் மீண்டும் வந்த கோசலாவிற்கு, கஞ்சா என்னும் போதைப்பொருளை அதிகமாக பயன்படுத்தினால் மூளை நரம்புகளில் வலி உண்டாகுமே, அதைப் போலவே, யோசித்து யோசித்து அவள் மூளை நரம்புகளிலும் வலி உண்டானது.

தன் தலையைப்பிடித்துக் கொண்டு அமர்ந்தவள், கதவைத் தட்டும் சத்தம் கேட்கவே நடப்புக்கு வந்தாள். “திறந்து தான் இருக்கு. உள்ளே வாங்க.” என்று சொல்லிக்கொண்டே தன் முகத்தை அழுந்த துடைத்துக்கொண்டாள்.

கதவைத் திறந்து கொண்டு உள்ளே வந்த இளம் வயது பெண் ஒருத்தி, “உங்களுக்கு சாப்பிட என்ன செய்யட்டும் மேம். “ என்றாள் பணிவாக.

அவளைப் பார்த்து திரும்பவும் அவள் தலை பயங்கரமாக வலித்தது. அவள் இதுவரை இங்கு பார்த்த மற்ற பெண்களை விட அவள் முன்னே நின்ற பெண் கொஞ்சம் வித்தியாசமாக இருந்தாள். அதாவது சுடிதார் அணிந்திருந்தவள், பவுடர் பூசி போட்டு வைத்து மங்களகரமாகவே இருந்தாள். பேச்சும் தெளிவாக இருந்தது.

தன் மூச்சை இழுத்து வெளியிட்ட கோசலா, “அதெல்லாம் பிறகு பார்த்துக்கலாம். நீ இங்க தான் வேலை பார்க்குறியா?” என்று கேட்டுக்கொண்டே அங்கிருந்த இருக்கையில் அவளை பிடித்து அமரவைத்தாள்.

அந்த பெண்ணும் தயங்கியபடி அமர்ந்து கொண்டு, “ஆமாம் மேம். நான் இங்க வந்து ரெண்டு நாள் தான் ஆகுது. என்னோட பெயர் சவிதா.” என்று சரளமாக கோசலாவிடம் பேசினாள்.

“சரி சவிதா. ஆமா உனக்கு எத்தனை வயசாகுது? பார்க்க சின்ன பொண்ணா தெரிகிறது அதான் கேட்டேன்.” என்று சொல்லிக்கொண்டே அவளின் பக்கத்து இருக்கையில் அமர்ந்தாள் கோசலா.

“இல்லை மேம் நான் பெரிய பொண்ணு தான். எனக்கு பதினாறு வயசாகுது.” என்று சிரித்துக்கொண்டே கள்ளம் கபடம் இல்லாமல் பேசினாள்.

“இங்க ஏன் வந்து வேலை பார்க்குற? படிக்கலையா?” என்றாள்.

“நிலா மேம் எங்களுக்கு வேலையும் கொடுத்து படிக்கவும் வைக்குறாங்க மேம். நான் இப்ப தானே இங்க வந்துருக்கேன். எனக்கு இங்க இருக்குற நர்சிங் கல்லூரியில் சீட் வாங்கி வச்சிருக்காங்க. இங்க வேலை செய்யும் பெண்கள் எல்லாரும் இந்த வீட்டில் அல்லது நிலா மேம் மருத்துவமனையில் பகுதி நேரமா வேலை பார்த்துக்கொண்டே படிக்குறாங்க. நிலா மேம் ரொம்ப நல்லவங்க. எங்க குடும்பத்துக்கும் நிறையா உதவிகள் செய்யுறாங்க.” என்று கூறி சிலாகித்தாள் அந்த பெண்.

அவளின் பேச்சு கோலாவிற்கு கொஞ்சம் ஆறுதலாக இருந்தது, ‘நிலா அண்ணி ரொம்ப நல்லவங்க போல. ஏழை குழந்தைகள் கல்விக்காக என்னவெல்லாம் செய்றாங்க.’ என்று தன் மனதினுள் நினைத்துக்கொண்டாள்.

சிறிது நேரம் கோசலவிடம் பேசிவிட்டு வெளியே சென்றாள் சவிதா. அவள் வெளியே சென்றதும் தான் துருவனை தூக்கிக் கொண்டு உள்ளே நுழைந்தான் கவிதன்.

அதுவரை இருந்த இலகுத்தன்மை சட்டென்று கவிதனைப் பார்த்ததும் மாறியது. ஆனால் அவள் மனதில் துளியும் சந்தேகம் இல்லை. ஆனால் கடலளவு அவன் மீது, இவன் தனக்கு மட்டுமே சொந்தம் என்ற உடைமை எண்ணம் இருந்தது.

அதனால் கவிதன் பார்பியிடம் பேசுவதை அவள் விரும்பவில்லை. ஆனால் பார்பி கவிதனிடம் எந்த விஷயத்தைப் பற்றி பேசினாள் என்று தெரிந்து கொள்ள விரும்பினாள்.

கவிதன் தூங்கிக்கொண்டிருந்த துருவனை கட்டிலில் படுக்கவைத்து விட்டு நிமிர்ந்தான். அவனையே வைத்த கண் வாங்கமால் பார்த்துக்கொண்டிருந்த கோசலாவிடம், “என்ன அப்படி பார்குற?” என்றான் கண்களில் கேலியுடன்.

“அதெல்லாம் ஒன்னும் இல்ல. இப்ப தான் சவிதான்னு ஒரு பொண்ணுக்கிட்ட பேசினேன் அதை பத்தி தான் யோசிச்சிக்கிட்டு இருக்கேன்.” என்று கூறி சமாளித்தவள், பின் மெதுவாக, “பார்பியோட பொண்ணு ஏன் உங்களை அப்பான்னு கூப்பிடுற?” என்று சுற்றிவளைக்காமல் கேட்டாள்.

“அந்த பொண்ணு தியாக்கு அப்பா இல்லை.” என்று அவன் சொன்னதும் தான் தாமதம், “அச்சோ, அப்படியா? பார்பி கணவர் எப்ப

இறந்தாரு?. அவங்க ஏன் வேற கல்யாணம் பண்ணாம இருக்காங்க?.'' என்று அடுத்தடுத்தை தன் கேள்விகளை கவிதனை நோக்கிக் கேட்-டாள்.

''தியா அப்பா, வேற கல்யாணம் பண்ணி நல்லாத் தான் இருக்காரு. பார்பிக்கும் அவருக்கும் ரெண்டு வருஷத்துக்கு முன்னாடியே விவாக-ரத்து ஆயிருச்சி. போன தடவை நான் இங்க வந்தப்ப, அடுத்தடுத்த அறுவை சிகிச்சையால் நான் மிகவும் மன அழுத்தத்தில் இருந்தேன். அப்ப என் மனஅழுத்தத்தை கம்மி பண்ணி என்னை சிரிக்க வச்சது தியா தான்.

அந்த பொண்ணும் என்னை அப்பான்னு கூப்பிட ஆரம்பிச்சா. அவளிடம் பேசும் போது தான், அவள் அப்பாக்காக மிகவும் ஏங்குவது எனக்கு தெரிஞ்சுது. அதனால் நானும் அவளை ஒன்னும் சொல்லலை. உனக்கே தெரியுமே எனக்கு பெண் குழந்தைகள் என்றால் ரொம்ப பிடிக்-குமென்று.'' என்று அனைத்தையும் அவளிடம் பகிர்ந்தவன் கடைசியாக பார்பியிடம் பேசியதை பற்றி மட்டும் சொல்லவில்லை.

''நான் நாளைக்கே மருத்துவமனையில் பணிக்கு போயிடுவேன். துரு-வனை அடுத்த வாரம் இங்க இருக்குற பள்ளியில் சேர்க்கலாம். உனக்கு பொழுது போகலைன்னா பார்பியிடம் பேசு. அந்த பொண்ணு ரொம்ப நல்ல மாதிரி.'' என்று அவளுக்கு இவனே அவசரமாக சான்றிதழ் கொடுத்தான்.

அவன் பேச்சுக்கு மறுமொழி எதுவும் கூறாமல், தன் மண்டையை மட்டும் ஆட்டிக்கொண்டாள்.

4

நிலவு மகள் தன் வெளிச்சத்தை ஜன்னல் மூலம் அறைக்குள் அளிக்க, அந்த அறை முழுவதும் விளக்கே இல்லாமல் ஜொலித்துக்கொண்டிருந்தது. வெறும் ஏழு பேர் அமர்ந்து சாப்பிட, அவ்வளவு பெரிய உணவு மேஜை இருந்தது. அதில் பல இருக்கைகள் காலியாகத் தான் இருந்தது. அதன் ஒரு பகுதியில் தான் நிலா, நகுல், கவிதன், கோசலா, துருவன், பார்பி மற்றும் தியா அனைவரும் அமர்ந்து உணவு உண்டு கொண்டிருந்தனர். இளம் வயது பணிப்பெண்கள் உணவுகளை பரிமாரிக்கொண்டிருந்தனர். அதில் சவிதாவும் ஒருத்தி.

அனைவரும் அமைதியாகவே உணவு உண்ண, துருவனும் தியாவும் மட்டுமே பேசிக்கொண்டிருந்தனர். அவர்கள் இருவரும் குழந்தைகளுக்கே உண்டான தனி உலகில் இருந்தனர். துருவன் உறங்கி எழுந்ததும் தியாவிடம், “அக்கா... அக்கா...” என்றழைத்து நட்பாகி இருந்தான்.

அனைவரும் அமைதியாக உணவை உண்பதைப் பார்த்த கோசலா, ‘இவரு வீட்டில் எல்லாரும் இப்படி தான் இருப்பாங்களா?. ஆனா கவிதன் இப்படி இல்லையே!.’ என்று எண்ணிய படியே தன் உணவை கொறித்துக்கொண்டிருந்தாள்.

பின் தன் கிசுகிசுப்பான குரலில், “ஏங்க. உங்க அக்கா எப்பவும் இப்படி தான், அன்ட்டி ஹீரோயின் மாதிரி முகத்தை கடினமா வச்சிக்கிட்டு இருப்பாங்களா?” என்று கவிதனின் காதைக் கடித்தாள்.

“ச்சு... உன்னை யாரு அவங்களை பார்க்க சொன்னது? பேசாம சாப்பிடு.” என்று அவளை கடிந்து கொண்டான்.

பின் உணவு அருந்திய பின், நிலாவைத் தவிர அனைவரும் நடுக்கூடத்தில் அமர்ந்திருந்தனர். குழந்தைகள் இருவரும் அங்கே அமர்ந்து

விளையாண்டு கொண்டிருந்தனர்.

அப்பொழுது நிலா தன் கையில் தட்டுடன் வந்தாள். அதில் புதுப்புடவை, குங்குமம் மற்றும் மஞ்சள் இருந்தது. நேராக அதை கோசலாவிடம் சென்று நீட்டினாள். கோசலாவும் அதை மறுக்காமல் வாங்கிக்கொண்டாள்.

பின் அவளின் அருகே இருந்த இருக்கையில் அமர்ந்த நிலா, “எங்க அம்மா உயிரோட இருந்திருந்தா இதைத் தான் பண்ணி இருப்பாங்க. காலையில் உன்கிட்ட என்னால சரியா பேச முடியல. என்னை மன்னிச்சிரு.” என்றாள்.

“ஐயோ அண்ணி, இதுக்கெல்லாமா மன்னிப்பு கேட்பாங்க? சரி அதை விடுங்க. நீங்க உண்மையிலையே ரொம்ப கிரேட் அண்ணி. உங்களைப் போல் யாரும் இருக்க மாட்டாங்க.” என்று கோசலா புகழ்ந்ததும் நிலா தன் நெற்றியை தேய்த்தபடி அவளை பார்த்தாள்.

பார்பியோ, ‘என்ன பெரிய ஐஸை தூக்கி வைக்கிறாள்.’ என்ற பாவனையில் பார்த்தாள். கவிதனுக்கோ, கோசலா அவன் அக்காவிடம் சரளமாக பேசுவது மகிழ்ச்சியை அளித்தது.

“இப்ப எதுக்காக என்னை புகழ்ற?” என்று சிரித்துக்கொண்டே நேரடியாகவே கேட்டாள் நிலா.

“அதில்லை அண்ணி. என்னோட அம்மா வீட்டுலையும் டிரஸ்ட், அது இதுன்னு நிறையா டோனேசன் கொடுப்போம். ஆனா இப்படி ஒவ்வொரு மாணவிகளையும் தத்தெடுத்து, அவங்க படிப்புக்கு உதவி செஞ்சதில்லை. ஆனா நீங்க வேலையும் கொடுத்து படிப்பும் கொடுத்து, அவங்க குடும்பத்துக்கு உதவியும் பண்ணுறீங்க. அதான் சொன்னேன்.” என்று கூறி நிலாவை திகைப்புக்கு உள்ளாக்கினாள்.

அவ்வளவு நேரம் புன்னகை முகமாக இருந்த நிலாவின் முகம் திரும்பவும் கடினமாக மாறியது, “இதை யார் உனக்கு சொன்னா?.” என்று கேட்டாள்.

“சவிதா தான் சொன்னா.” என்றதும் தான் தாமதம்.

“சவிதா.....” என்று அந்த வீடே அதிரும்படி கத்தினாள். நிலாவின் மாற்றத்தைக் கண்டு அனைவரும் கொஞ்சம் பயந்து விட்டனர்.

எங்கிருந்தோ ஓடி வந்த சவிதா வேகமாக நிலாவின் முன் சென்று நின்றாள். அவளை தீப்பார்வை பார்த்த நிலா, “அடுத்த வாரம் உன்

அம்மாக்கு அறுவை சிகிச்சை இருக்கு, உன் தம்பி தங்கைகளுக்கு பள்ளிக்கட்டணம் கட்டணும், நீயும் இங்கயும் வேலை பார்த்துட்டு கல்லூரியும் போகணும். இவ்வளவு வேலை வச்சுக்கிட்டு இன்னைக்கு வெட்டி அரட்டை அடிச்சிருக்க. உனக்கு வேலையும் கொடுத்து படிக்கவும், வச்சி உன் குடும்பத்துக்கு பணமும் அனுப்புறேன். நீ என்னடானா.....'' என்று கூறியபடி முகத்தை சுழித்தாள்.

சவிதாவோ, அவள் காலில் விழுந்தவள், ''என்னை மன்னிச்சிருங்க மேம். இனி இது போல் தப்பு பண்ணமாட்டேன்.'' என்று அழ ஆரம்பித்தாள்.

அதில் பரிதாபம் வரபெற்ற கவிதன், ''அக்கா விடு. சொல்லப்போனா இந்த பொண்ணு மேல தப்பு இல்ல.'' என்று கூறிக்கொண்டே கோசலாவை பார்த்து வைத்தான்.

''சரி. இனி இது போல் நீ நடக்ககூடாது. படிச்சோமா, வேலை பார்த்தோமான்னு இருக்கணும். புரியுதா. இப்ப போ.'' என்று கூறி சவிதாவை அனுப்பிவைத்துவிட்டு கோசலாவை பார்த்த நிலா, ''நீ ஒன்னும் தப்பா நினைக்காத கோசலா. இந்த பொண்ணுங்க எல்லாம் என்னோட பொறுப்பு தான். இவங்க படிப்பு முடியுற வரை பத்திரமா பாத்துக்குற பொறுப்பு எனக்கு இருக்கு.'' என்றவள் பேச்சில் முன்பு இருந்த கடினத்தன்மை இப்போது இல்லை.

''புரியுது அண்ணி. தப்பு என் மேல் தான். நான் தான் அந்த பெண்ணிடம் பேசினேன். இத்தனை பொண்ணுங்களை பத்திரமா பார்த்துக்கிறது வயிற்றில் நெருப்பைக் கட்டின மாதிரி தான். நான் உங்களை தப்பா நினைக்கலை அண்ணி. ஆனா நீங்க இவ்வளவு கடினத்தன்மையை அந்த பெண்ணிடம் காட்டி இருக்கக்கூடாது.'' என்று பட்டென்று பேசிவிட்டு, கவிதன் தன்னை பார்த்ததும் குனிந்து கொண்டாள்.

அதற்கு சிறு புன்னகையை உதிர்த்த நிலா, ''நான் இவங்கக்கிட்ட கடினமா நடந்துக்கிடலைன்னா, இந்த பொண்ணுங்க காதல் அது இதுன்னு வந்து நிப்பாங்க. அவங்க வயசும் அந்த மாதிரி வயசு தான். பிறகு இவங்க பெற்றவர்களுக்கு யாரு பதில் சொல்றது.'' என்றாள்.

''அதுவும் சரி தான் அண்ணி.'' என்று ஒத்துக்கொண்டாள். நிலா நல்லவளா அல்லது கேட்டவளா என்ற ஒரு தீர்மானத்திற்குள் கோசலாவால் வரமுடியவில்லை. நிலா ஒரு புரியாத புதிராகவே தான் இவளுக்-

குத் தோன்றினாள்.

‘இவங்க ஏன் இப்படி இருக்காங்க.’ என்று தன் மனதிற்குள் ஆயிரம் தடவையேனும் கேட்டுக்கொண்டாள். பின், ‘இவங்க ஒன்னும் நம்ம கணவன் இல்லையே!. இவங்க இப்படி இருக்க இவங்க கணவர் தான் பீல் பண்ணனும். நமக்கு இது தேவை இல்லாத வேலை.’ என்ற முடி-விற்கு வந்தாள்.

பின் நகுல் நிலா, கவிதன் மூவரும் தங்கள் தொழிலைப் பற்றி பேச. பார்பியிடம் பேசிக்கொண்டிருந்தாள் கோசலா.

“உங்களுக்குத் தெரியுமா கோசலா, எங்க அண்ணா அப்பா எல்-லாருமே டாக்டர் தான். ஆமாம் நீங்க என்ன படிச்சிருக்கீங்க?” என்று கேட்டாள் பார்பி.

“நான் பிபிஏ கோல்ட் மெடல். எங்க வீட்டில் எல்லாரும் மருந்தியல் துறை தான் படிச்சாங்க. என் வீட்டில் என் தாத்தா பாட்டி முதற்கொண்டு விஞ்ஞானி தான். எங்க சக்ரா நிறுவனத்தை நடத்துறதுக்கு தான் நான் மேலாண்மை துறையை எடுத்தேன்.” என்று பாதி உண்மையும் பாதி பொய்யுமாக அடித்துவிட்டாள்.

அதற்கு நமட்டு சிரிப்பு ஒன்றை உதிர்த்த பார்பி, “உங்க வீட்டில் எல்லாரும் விஞ்ஞானின்னு எல்லாருக்கும் தெரியும். அதே மாதிரி நீங்க கஷ்டப்பட்டு பாஸ் பண்ண பிபிஏ கதையும் தெரியும். உங்க கணவர் எல்லாத்தையும் சொல்லிட்டாரு.” என்றாள்.

‘சண்டாளி தெரிஞ்சிக்கிட்டே தான் கேட்டியாடி. இந்த மனுஷனுக்கு கொஞ்சம் கூட அறிவில்லை. இதை எல்லாமா இவளிடம் சொல்லு-வாங்க.” என்று கவிதனை மனதினுள் திட்டித் தீர்த்தாள்.

வெளியே, “ஹி… ஹி….” என்று இளித்து வைத்தவள், “அது சும்மா சொன்னேன். ஆமா நீங்க என்ன படிச்சிருக்கீங்க?” என்று எதிர் கேள்வி கேட்டாள் கோசலா.

“நான் நரம்பியல் நிபுணர். ஆனா எனக்கு மனசோர்வு ஏற்பட்ட-தினால், நான் இப்ப வைத்தியம் பார்க்குறதை நிறுத்திட்டேன். ஆனா கவிதன் என்னை ரொம்ப மோட்டிவேட் பண்ணாரு. இப்ப அவரும் இங்க வந்துட்டாரு. இனி நாங்க ரெண்டு பேரும் சேர்ந்திருவோம்.” என்று எதோ ஒரு கனவுலகில் இருந்தபடி பேசினாள்.

ஒரு மணிநேரம் காதில் ஹெட்போன் அணிவதால், காதுகளில் இருக்கும் கிருமிகளின் அளவு எவ்வாறு 700 மடங்கு அதிகரிக்குமோ, அதே போல் பல கிருமிகள் பாய்ந்ததைப் போல் இருந்தது பார்பியின் பேச்சைக் கேட்ட கோசலாவின் காதுகள்.

வயிற்றின் அடிப்பகுதியில் அமைந்துள்ள கோசலாவின் கணையம் சுருக்கென்று வலித்தது. பின் மூளையில் உள்ள பினியல் சுரப்பி சுரந்து அவளை நிதானத்துக்குக் கொண்டு வந்தது.

"என்ன? நீங்க ரெண்டு பேரும் சேர்ந்திருவீங்களா?. நீங்க என்ன பேசுறீங்கன்னு புரிஞ்சு தான் பேசுறீங்களா பார்பி?" என்றாள் சிறிது கோபத்துடன்.

"அச்சோ நீங்க தப்பா புரிஞ்சிக்கிட்டீங்க. நானும் கவிதனும் சேர்ந்து மக்களுக்கு சேவை செய்வோம்னு சொன்னேன்." என்றதும், கோசலா மூச்சு விட்டு முடிக்கவில்லை திரும்பவும், "நானும் கவிதனும் ஒரே துறை தானே. இங்க அண்ணியும் அண்ணாவும் ஒரே மகப்பேறு மருத்து-வர் மாதிரி." என்று கோசலாவை அதிரச்செய்துவிட்டு, கண்களுள் காத-லுடன், தன் அண்ணனிடம் பேசிக்கொண்டிருந்த கவிதனைப் பார்த்தாள்.

அதைப் பார்த்த கோசலாவோ தன் நெஞ்சை பிடித்துக்கொண்டாள். 'அடிப்பாவி நீ இந்த வேலை எல்லாம் பண்றியா. இந்த விஷயம் தெரியாம அந்த அப்பாவி மனுஷன் வேற நீ நல்லவன்னு சான்றிதழ் கொடுக்குறாரு. இருக்கட்டும் பார்த்துக்குறேன்.' என்று மனதில் நினைத்-தவள், அங்கே விளையாடிக்கொண்டிருந்த துருவனை தூக்கிக் கொண்டு மேலே ஏற கால் வைத்தாள்.

அப்பொழுது அவளை அழைத்த நிலா, "கோசலா, இன்னைக்கு எனக்கு நைட் டியூட்டி இருக்கு. ஆனா அது இல்லாத சமயம் துருவன் என் கூட தங்கட்டும். சரியா." என்று கோசலாவிடம் கேட்கவில்லை. ஆணையிட்டாள்.

அது புரியாத கோசலாவோ, "சரி அண்ணி." என்று சொல்லிவிட்டு சென்றாள்.

இங்கே கவிதனிடம், "நீ கோசலா கிட்ட எல்லாம் சொல்லிட்டியா கவி." என்று கேட்டாள் நிலா.

"இன்னும் இல்லை அக்கா." என்றான் ஒற்றை வரிகளில்.

“ரொம்ப லேட் பண்ணாத. சீக்கிரம் சொல்லிரு.” என்றதும் தலையை ஆட்டிக்கொண்டான்.

“அப்பறம் கவி. நீ நம்ம நிலா மருத்துவமனைக்கு ஏன் வரமாட்டேங்குற?.” என்று நிலாவின் கணவன் நகுல் கேட்டான்.

“இல்லை மாமா. அது சரி வராது.” என்றான். இவர்கள் இடையில் தலையிட்ட நிலாவோ, “என்னங்க நீங்க சும்மா இருங்க. என் தம்பிக்கு எது விருப்பமோ அதை பண்ணட்டும். அவன் நமக்காக எவ்வளவு பெரிய தியாகம் செய்யப்போறான். அவனை எதுலையும் வற்புறுத்தாதீங்க.” என்று நகுலை கண்டித்தாள்.

“அக்கா உனக்கு நான் வாக்கு கொடுத்தது, கொடுத்தது தான் நீ அதை தியாகம் அது இதுன்னு பெருசா பேசாத. உனக்காக என் உயிரையே கொடுப்பேன். இதை பண்ணமாட்டேன்னா?.” என்று கவிதன் கூறியதும் அவனை அணைத்துக்கொண்டு தன் அன்பை வெளிப்படுத்தினாள் நிலா.

இங்கு மேலே வந்த கோசலாவோ, துருவனை தட்டிகொடுத்து உறங்க வைத்தாள். அவன் உறங்கியதும், ‘இவரை என்ன இன்னும் காணும். அவர் அக்காக்கிட்ட இன்னுமா பாசப்பயிர் வளர்க்குறாரு?. பரவாயில்லை மெதுவா வளர்த்துட்டு வரட்டும். இனி அந்த பார்பி கூட நீங்க பேசவே, இல்லை இல்லை அவள் இருக்கும் பக்கமே போகக்கூடாதுன்னு சொல்லிவிடவேண்டும்.’ என்று நினைத்துக்கொண்டே பால்கனியின் பக்கம் சென்றவள், தற்செயலாக கீழே பார்த்தாள், அங்கு காலையில் நலிவடைந்த தோற்றத்தில் இவர்களுக்குக் காப்பி கொடுத்தப் பெண் பிணமாக நீச்சல் குளத்தில் மிதந்து கொண்டிருந்தாள்.

5

இருண்ட உலகிற்கு தன் ஒளிகளை பரப்பிக்கொண்டிருந்தாள் நிலவு மகள். பால்கனியில் நின்றவாறே கீழே இருந்த நீச்சல் குளத்தை வெறித்து பார்த்துக்கொண்டிருந்தாள் கோசலா.

அவளால் இன்னும் நம்ப முடியவில்லை. இரண்டு நாட்களுக்கு முன்பு தான் அதில் ஒரு பெண் இறந்து போய் கிடந்தாள். இப்போது அந்த நீச்சல் குளம், புயலுக்குப் பின் ஏற்படும் பேரமைதியாக துளியும் காற்று இல்லாமல் தண்ணீர் அசைவின்றி கிடந்தது.

அந்த பக்கம் யாரும் செல்லவில்லை. செல்லும் வழியையும் அடைத்து வைத்திருந்தனர். அதையே பார்த்துக்கொண்டிருந்த கோசலா தன் பக்கம் யாரோ நிற்பதைப் போல் உணர்ந்தாள். அவள் நெஞ்சு படபடவென்று அடித்துக்கொள்ள ஆரம்பித்தது. வரவழைக்கப்பட்ட தைரியத்தோடு மெதுவாக திரும்பி பார்த்ததும், அவள் அருகில் தெரிந்த நிழலைக் கண்டு திடுக்கிட்டாள்.

பின்பு தான் அது தன் நிழல் என்பதை அறிந்து ஆசுவாசம் அடைந்தாள். பிறந்த குழந்தைகள் அவர்கள் சொந்த அழுகைக் கேட்டு அவர்களே பயப்படுவார்கள். அதன் பெயர் மோரோ ரிஃப்ளெக்ஸ் என்று அழைக்கப்படுகிறது. அதாவது தன்னைத் தானே பயப்படுத்திக்கொள்வது. அதே போல் தான் கோசலாவும் தன்னைத் தானே பயப்படுத்திக்கொண்டாள்.

பின் அங்கே நின்றிருக்க அசௌகரியம் கொண்டவள் வேகமாக அங்கிருந்த கதவை அடைத்துவிட்டு படுக்கை அறைக்குள் சென்றாள்.

அப்பொழுது தான் வியர்த்து விறுவிறுத்துப்போய் கதவைத் திறந்து கொண்டு வந்தான் கவிதன். அவன் உடற்பயிற்சி செய்துவிட்டு வரவில்லை. அவன் தோற்றத்தைப் பார்த்து, “என்னாச்சி கவி. எல்லாம்

ஓகே தான?.'' என்று அக்கறையாக வினாவினாள்.

''ம்... அந்த பொண்ணு பாடியை பத்திரமா இந்தியா அனுப்பி வச்சாச்சு.'' என்றான் சோர்ந்து போன குரலில்.

''அந்த பொண்ணு ஏன் இப்படி பண்ணா? ஊரில் உள்ள அந்த பெண்ணின் குடும்பத்திற்கு ஏதாவது பிரச்சனையா?.'' என்றாள் கோசலா.

''அதெல்லாம் இல்லை கோசலா. அந்த பொண்ணுக்கு எதோ காதல் பிரச்சனை போல. இங்க இருக்குற வெள்ளைக்காரப் பையன் ஒருத்தனை விரும்பியிருக்கா. கடைசியில் அவன் இவளை கழட்டி விட்டுப் போனதும், அவள் பெற்றோர்களைப் பத்தி கவலைப் படாம இந்த முடிவை எடுத்துருக்கா.'' என்று கவிதன் சொன்னதும் ஆழ்ந்த சிந்தனைக்குள் சென்றாள்.

பின், ''எனகென்னமோ அந்த பொண்ணுக்கு காதல் தோல்வி மாதிரி தெரியல. அதுவும் இல்லாம உங்க அக்கா அந்த பொண்ணுங்களிடம் கண்டிப்பா தானே இருந்தாங்க. அப்படி இருக்கும் போது எப்படி இப்படி ஆச்சு.'' என்று தன் மனதில் தோன்றிய சந்தேகங்களைக் கேட்டாள்.

''கோசலா நீ என்ன பேசுற? நீ இப்படி பேசுறது எங்க அக்காவை சந்தேகப்படுறமாதிரி. இப்ப தான் ஒரு பெரிய மன கஷ்டத்தில் இருந்து எங்க அக்கா வெளிவந்தாங்க. அதுக்குள்ள.... இப்படி ஒரு பிரச்சனை.'' என்று திணறலாக முடித்தான்.

''நான் அந்த மாதிரி பேசலைங்க. இத்தனை பொண்ணுங்களை படிக்கவைக்குறது சாதாரணமான காரியம் இல்லை. உங்க அக்கா ஏன் இவ்வளவு பெரிய ரிஸ்க் எடுக்கணும். இல்லாதவங்களுக்கு படிக்க வசதி மட்டும் பண்ணி கொடுக்க வேண்டியது தான.'' என்று இவள் கூற.

''பணம் கொடுத்தா அதை அவங்க படிப்புக்குத் தான் உபயோகிப்பாங்கன்னு நீ நினைச்சியா கோசலா?. இங்க இருக்குற பல பெண்களின் அப்பாக்கள் குடிகாரன்களும், பொறுப்பே இல்லாம வெட்டி ஊர் சுற்றும் அப்பாக்களும் தான். நாம பணம் கொடுத்தா அதை டாஸ்மாக்கில் தான் கொடுப்பாங்க. அக்கா செய்றது தான் சரி.'' என்று தன் வாதத்திலையே நின்றான்.

''சரி. உங்க அக்கா நல்லதே பண்ணட்டும். ஆனா இறந்து போன அந்த பெண், நாம் இங்கு வரும் போது நமக்கு தேநீர் கொண்டுவந்தவள் தான். அவள் முகத்தை பார்த்தா காதலிக்கும் பெண் போல் தெரிய-

வில்லை.... ரொம்ப நாள் நோய்வாய்ப்பட்ட பொண்ணு மாதிரி இருந்தா. அதான் சொன்னேன்.'' கவிதன் என்ன சொல்வானென்று நினைத்து, சொல்லவந்த வார்த்தைகளை கொஞ்சம் பதட்டத்துடனே சொன்னாள்.

“நீ சொன்ன மாதிரியே அந்த பொண்ணுக்கு உடம்பு சரியில்லாம இருந்துருக்கலாம். ஆனா, அவள் இறந்தது நிச்சயம் காதல் விவ-காரத்தில் தான். கடிதம் எழுதி வச்சிட்டு தான் இறந்துருக்கு அந்த பொண்ணு.'' என்றான். கோசலா அதன் பின் அவனிடம் எதுவும் பேச-வில்லை.

பொதுவாக நமக்கு பிடித்தவர்கள் பெரிய தவறே செய்திருந்தாலும் நம் மனது அவர்கள செய்தது சரி என்று தான் நினைக்கும். அதுவே ஒருவரை தனக்கு பிடிக்கவில்லை என்றால், அவர்கள் எது செய்தாலும் தவறென்று நினைக்கும். இப்போது இருக்கும் கவிதனின் மனநிலைக்கு, அவனின் அக்கா நிலா எது செய்தாலும், அது நல்லதாகவே தெரிந்தது.

தான் எது பேசினாலும் கவிதன் இப்படி தான், அவன் அக்காவிற்கு ஆதரவாக பேசுவான் என்பதை நன்கு உணர்ந்து கொண்ட கோசலா, இனி நிலாவின் பேச்சை எடுக்கக்கூடாது என்று நினைத்துக்கொண்டாள்.

முன்பெல்லாம் கவிதன் இவ்வாறு கிடையாது, இங்கு வந்து தன் சொந்தத்துடன் சேர்ந்ததும் புதியதாக நடந்து கொண்டான். கோசலா கவிதனிடம் எதிர்பார்ப்பது வெறும் ஐந்து விஷயங்கள் மட்டும் தான்.

அதாவது, பொறுமை, பாதுகாப்பு, பாசம், பேச்சுத் துணை மற்றும் பாராட்டு இவை ஐந்தை தான் கோசலா எதிர்பார்க்கிறாள். இது நாள் வரையும் இந்த ஐந்தையும் அவளுக்கு அளித்துக் கொண்டுதான் இருக்-கிறான். இனியும் இருப்பானா? என்பதை காலம் தான் பதில் சொல்லும்.

இந்த ஐந்து விஷயங்களில் மிகவும் முக்கியமானது பாதுகாப்பு தான். தன் கணவன் தனக்கும், தன் குழந்தைக்கும் வேண்டிய பாதுகாப்பை தருகிறான், என்று ஒரு மனைவி நிச்சயமாக நம்புகிறாள் என்றால் அவனிடம் அந்தப் பாதுகாப்பை அவள் உணர்கிறாள் என்று அர்த்தம்.

ஆசை ஆசையாக பெற்று வளர்த்த குழந்தையை, தன் அக்காவிற்-காக தானமாக கேட்கும் போது, அந்த தாயின் நிலை எவ்வாறு இருக்-கும்?. இனி அவள் கணவனிடம் பாதுகாப்பை உணர்வாளா?

தன் மனைவி மக்களை வெளியே அழைத்து செல்லும் போது, அவர்களை கயவர்களிடம் இருந்து காப்பது மட்டுமே பாதுகாப்பு அல்ல.

அவர்களுக்கு ஒரு துன்பம் வரும் போது, தன் ரத்த சொந்தத்தையே எதிர்த்து நிற்பதும் பாதுகாப்பே. அந்த பாதுகாப்பை கவிதன் கோசலா-விற்க்கு கொடுப்பானா என்பதை பொறுத்திருந்து தான் பார்க்க வேண்-டும்.

குளித்து விட்டு வந்த கவிதன் இன்னும் கோசலா உறங்காமல் இருப்-பதைப் பார்த்து, "நீ இன்னும் அந்த பெண்ணையே நினைச்சிட்டு இருக்-கியா?." என்று கேட்டுக்கொண்டே கட்டிலில் தூங்கிக் கொண்டிருந்த துருவன் நெற்றியில் முத்தம் பதித்தான்.

கோசலா அதற்கு எதுவோ கூற வருவதற்குள். கவிதனின் அலை-பேசி அடித்தது. அதை எடுத்து காதில் வைத்தவன். அந்தப்பக்கம் என்ன சொல்லப்பட்டதோ, "சரி அக்கா... ம்ம்..." என்று சொல்லிவிட்டு வைத்-தான்.

'என்னாச்சி' என்று கோசலா தன கண்களாலே அவனிடம் கேட்-டாள். அதற்கு அவன், "அக்கா ரொம்ப மன வருத்தத்தில் இருக்கா. அதான் துருவை கூட்டிட்டு வர சொன்னா." என்று சொல்லிக்கொண்டே உறங்கிக்கொண்டிருந்த துருவனை தூக்கச் சென்றான்.

கவிதனின் கையைப் பிடித்து இழுத்த கோசலா, "என்ன பண்ணப்-போறீங்க?. அதான் அவன் உறங்குறான்னு தெரியுதுல. உங்க அக்-காவையும் பேசாம படுத்து தூங்கச்சொல்லுங்க. அப்படியும் தூக்கம் வரவில்லை என்றால், தூக்க மாத்திரை போடச்சொல்லுங்க." என்றாள் முடிவாக.

அவள் பேசி முடித்ததும் திரும்பவும் கவிதனின் அலைபேசி அடித்-தது. இப்போது அடித்தது நகுல் தான். கவிதன் அதை எடுத்து காதில் வைத்ததும் அந்தப்பக்கம் இருந்த நகுல் கத்தத் தொடங்கினான்.

"நீ இன்னும் என்ன பண்ணிக்கிட்டு இருக்க கவி. உங்க அக்காவை சமாளிக்கவே முடியலை. அவா குழந்தை... குழந்தைன்னு... கத்துறா. நீ சீக்கிரம் குழந்தையுடன் வா." என்று இவனை பேசவிடாமல் பேசிவிட்டு வைத்தான்.

உடனே வேக வேகமாக துருவனை தூக்கிகொண்டான் கவிதன். "அச்சோ என்னங்க பண்றீங்க...." என்ற கோசலாவின் பேச்சை சிறிதும் காதில் வாங்காமல் உறங்கும் துருவனை தூக்கிக் கொண்டு நிலாவின் அறை நோக்கிச் சென்றான்.

ஆனால் செல்லும்போதே முழிப்பு தட்டிய துருவன், “அப்பா என்னை இறக்கு.... எனக்கு அம்மாவை பார்க்கணும்.” என்று அவன் கைவளைவுகளில் இருந்தபடியே துள்ள ஆரம்பித்தான்.

“பேபி... நீ குட் பாய் தானே! அதனால நீங்க இப்ப சமத்தா, நான் சொல்றதை கேட்கணும் சரியா?” என்று பொறுமையாகவே குழந்தையிடம் பேசினான்.

ஆனால் அவன் பேச்சை சிறிதும் காதில் வாங்காத துருவன் தன் நுரையீரலில் இருந்து சத்தத்தை வரவழைத்துக் கத்தினான். அவன் கத்தலில் வேகமாக தன் அறையிலிருந்து வந்து கொண்டிருந்தாள் கோசலா.

இங்கு நிலாவின் அறைக்குள் வந்த கவிதன் அங்கே கட்டிலில் அமர்ந்திருந்த நிலாவிடம், “இந்தா அக்கா....” என்று சொல்லிக்கொண்டே துருவனை அவளிடம் ஒப்படைத்தான். இருந்தாலும் துருவனின் கத்தல் மட்டும் அடங்கவில்லை.

நகுல் தன் கையில் இருந்த ஜேசிபியை துருவனிடம் கொடுத்தான். அதை கையில் வாங்கிக்கொண்ட துருவன் தன் கத்தலை நிறுத்தினான். அப்போது தான் கவிதனுக்கு நிம்மதியாக இருந்தது.

பின், “குழந்தைய கூட்டிட்டு வர உனக்கு இவ்வளவு நேரம் ஆச்சா கவி?. அக்கா மேல் உயிரே வச்சிருக்கேன்னு நீ சொல்றது எல்லாம் பொய்யா?.” என்றவள் பின், “எனக்குன்னு ரத்த உறவு நீ மட்டும் தான் இருக்கன்னு நான் நினைச்சிக்கிட்டு இருக்கேன்.” என்று தன் நாவில் தேனைத் தடவி பேசினாள்.

“அச்சோ அக்கா... என்ன பேசுற நீ. அவன் நல்லா தூங்கிகிட்டு இருந்தான் அதான். மணி என்னன்னு பார்த்தியா? நடுராத்திரி ஒன்னு பத்து. கோசலா வேற என்னை திட்டுறா...” என்றவன், நிலா சொல்லும் அனைத்திற்கும் மண்டையை ஆட்டிவிட்டு நிற்கவில்லை.

அவன் பேச்சைக்கேட்டு நிலாவும், நகுலும் எதுவோ கண்களாலே பேசிக்கொண்டனர். ஆனால் அது கவிதனுக்குத் தெரியாமல் பார்த்துக்கொண்டனர்.

“எல்லாம் என்னோட தப்பு தான். ஆசை ஆசையா ஒரு பையனை ரொம்ப நாள் கழிச்சி பெற்றுக்கொண்டேன். அவனை நான் பத்திரமா பாதுகாக்கவில்லை. அதான் அவனும் என்னை விட்டுப்போயிட்டான். சரி உன் பையனை பார்த்து ஆறுதல் அடையலாம்னு நினைச்சா நீயும்

இப்படி பேசுற.'' என்று உடைந்து அழ ஆரம்பித்துவிட்டாள் நிலா.

நிலாவின் அழுகையைப் பார்த்து சொல்ல முடியாத துயரில் நின்றான் கவிதன். அவனின் மூளையில் உள்ள நியூரான்கள் வேகமாக வேலை பார்த்து, மூளை சேமித்து வைத்திருந்த நினைவுகளை அவனுக்கு காட்சி படுத்தின.

அவளை ஒரு பக்கமாக தாங்கிக்கொண்ட நகுல், ''உங்க அக்கா இப்படி ஆகக்காரணம் நீ மட்டும் தான் கவி.'' என்று முறைத்தபடி சொன்னான்.

தன் கண்ணீரை துடைத்துக்கொண்ட நிலா, ''சும்மா இருங்க நகுல். என் தம்பிக்கிட்ட இப்படி பேச உங்களுக்கு எப்படி மனசு வந்தது. என் தம்பியின் மனது பசும்பாலை விட தூய்மையானது. நீ வாடா கவி.'' என்று அவனை தன் பக்கத்தில் வரவைத்து அவனை அணைத்துக்-கொண்டாள்.

ஒரு நிலையில் இல்லாத கவிதனோ நிலாவின் பேச்சில் ஆறுதல் அடைந்தான். ''அக்கா நீ இப்படி அழுவது எனக்கு கஷ்டமா இருக்கு. நான் உனக்கு துருவனை கொடுப்பது உறுதி தான்.'' என்று சொல்லி அவளை ஆறுதல் படுத்தினான்.

இங்கு மேலே இருந்து கீழ் உள்ள நிலாவின் அறை பக்கம் இறங்கி வந்த கோசலா, நடுக்கூடத்தை கடந்து செல்லும்போது, ஒரு உருவம் மட்டும் இருட்டிற்குள் மெதுவாக நடந்து செல்வதைப் பார்த்து திடுக்கிட்-டாள். சுற்றி முற்றி பார்த்தவள், அங்கே யாரும் இல்லாததை உணர்ந்து அவளும் அந்த உருவத்தை மெதுவாக பின் தொடர்ந்தாள்.

அந்த உருவம், திருடன் தான் என்று ஆணித்தரமாக நம்பியபடியே தான் அந்த உருவத்தின் பின் சென்றாள்.

அந்த உருவம் ஜன்னல் பக்கம் சென்றதும், ஜன்னலின் வழியே நிலாவின் வெளிச்சம் பட்டு அந்த உருவம் யார் என்று தெரிந்ததைப் பார்த்து அதிர்ச்சியடைந்தாள் கோசலா.

அந்த உருவம் வேறு யாரும் இல்லை. இங்கு சமையலறையில் வேலை செய்யும் இளம்பெண். 'இந்த பொண்ணு ஏன் பதுங்கிப் பதுங்கிப் போகுது.' என்று கோசலா நினைத்தாள்.

இங்கு கோசலா பார்த்துக்கொண்டிருக்கும் போதே அந்தப்பெண் மெதுவாக பிரெஞ்சு ஜன்னலிலிருந்து வெளியே குதித்தது. அவள் குதித்-

ததும் திடுக்கிட்டவள், ‘எதையாவது திருடிட்டுப் போறாளா?. ஏன் இப்படி திருட்டுத்தனமா போகிறாள். ஆனா அவள் கையிலையும் ஒன்னும் இல்லையே!. தானும் அவளை பின் தொடர்ந்து செல்வோமா!’ என்று யோசிக்கும் போதே, அவளுக்கு தன் மகன் துருவனின் நியாபகம் வந்தது.

அவளுக்கு அப்போது அழுதுகொண்டே கத்திய தன் மகன் தான் அவள் கண் முன்னே நின்றான். அதனால் வேறு எதுவும் யோசிக்காத கோசலா, நேராக நிலாவின் அறையை நோக்கிச் சென்றாள்.

நிலாவின் அறையின் வாசலில் சரியாக கால் வைக்கும் போது அவள் கேட்ட அந்த செய்தி, அவளை நிலைகுலைய வைத்தது. அவளுக்கு உலகமே தலைகீழ் சுழல்வதைப் போன்று தோன்றியது.

நமது கண்கள் நிஜத்தில் ஒரு பொருளை தலைகீழாகத்தான் பதிவு செய்கிறது. ஆனால் நம் மூளை தான் அதை சீராக்கி நமக்கு உதவுகிறது. கோசலாவின் மூளையும் தற்சமயம் அதன் வேலையை பார்க்காத் தவறியதால் அவளுக்கு அவ்வாறு ஆனதோ?

ஒரு நிலையில் இல்லாத கோசலா அந்த இடத்திலையே மயங்கிச் சரிந்தாள். மனிதன் ஒரு நாளில் 70 ஆயிரத்திற்கும் அதிகமான விஷயங்களை சிந்திக்கிறான் என்று விஞ்ஞானிகள் கூறுகின்றனர். இப்போது கோசலா தன் செவி வழியே கேட்ட விசயங்களைப் பற்றி அளவுக்கு அதிகமாக சிந்தித்ததால் வந்த மயக்கமோ.

6

100 எலும்புகள் உடையும் அளவு மரண வலி என்றால் அது பிரசவ வலி தான். அதை தாங்கிய தாயால் தன் பிள்ளையின் ஒரு துளி கண்ணீரைக் கூட தாங்க முடிவதில்லை. தன் குழந்தையை விட இவ்வுலகில் எதுவும் பெரியதாக இல்லை என்று நம்பும் கோசலா, தன் குழந்தையை ஒருவர் தானமாக கேட்டால் என்ன செய்யப் போகிறாள்?.

“துருவ் இனி உன்னை அப்பான்னு கூப்பிடக்கூடாது கவி. அவன் உனக்கு மருமகன் முறை. அவன் இனி உன்னையும் கோசலாவையும் அத்தை மாமான்னு தான் கூப்பிடணும்.” என்று நிலா கொடிய வார்த்தைகளால் விஷத்தைத் தடவி கவிதனிடம் எய்த அனைத்தையும் கேட்டு தான் மயக்க நிலைக்குச் சென்றிருந்தாள் நிலா.

மயங்கி விழுந்ததால், கவிதன் பேசிய பேச்சுக்கள் கோசலாவின் காதுகளில் விழவில்லை.

கட்டிலில் படுக்க வைக்கப்பட்டிருந்த கோசலா தன் விழிகளை மெதுவாக அசைக்க ஆரம்பித்தாள். அவள் அசைவதைப் பார்த்து வேகமாக அவளின் அருகே சென்று அவள் கைகளை பற்றிக் கொண்டான் கவிதன்.

அவள் முழுவதுமாக தன் கண்களைத் திறந்ததும், “கோசலா, உனக்கு ஒன்னும் இல்லையே நீ நல்லாத் தானே இருக்க?” என்று அவள் தலையைத் தடவிவிட்டவாறு, அவளிடம் வினாவினான்.

மூளையில் உள்ள நரம்பு இழைகளின் நீளம் ஒரு லட்சத்து 61 ஆயிரம் கிலோமீட்டர். இந்த நரம்பு இழைகள் உந்துவிசையால் கோசலாவிற்கு, தான் மயங்கி விழுந்ததன் காரணம் அப்போது புரிந்தது.

அவள் மனது வேக வேகமாக துடிக்க ஆரம்பித்தது. "துரு.... துருவ்..... எங்க? அவன் எங்க?." என்று படபடப்பாக கேட்டாள்.

"ரிலாக்ஸ் கோசலா. அவன் அக்கா கூட நிம்மதியா தூங்கிக்கிட்டு இருக்கான். நீ ஏன் இவ்வளவு டென்ஷன் ஆகுற?. இது உன் உடம்பிற்கு நல்லது அல்ல." என்று பக்குவமாக கூறினான்.

அவன் பதிலில் வெகுண்டு எழுந்தவள், "இப்ப இங்க என் கண்முன்னாடி என் பையன் வந்தாகணும்." என்று ஒவ்வொரு வார்த்தைகளுக்கு நடுவிலும் அதிக அழுத்தத்தைக் கொடுத்து பேசியவள், "நான் இப்பவே அங்க போய் அவனை கூட்டிட்டு வரேன்." என்று சொல்லிகொண்டே கட்டிலில் இருந்து எழுந்து வேகமாக கதவை நோக்கி ஓடினாள்.

ஓடிச்சென்று அவள் இரண்டு புஜத்தையும் தன் இரண்டு கைகளால் பிடித்த கவிதன், "உனக்கு ஒரு தடவை சொன்னா புரியாதா?. சொல்றேன்ல. பொழுது விடிஞ்சதும் துருவனை பார்க்கலாம். இப்ப பேசாம படுத்து தூங்கு." என்று கூறி அவளை கவனமாக கையாண்டான்.

அதித ஆத்திரத்தில் இருந்தவள், "உங்க அக்கா பேசியது அனைத்தையும் நான் கேட்டேன். எதுக்காக அவங்க அப்படி சொல்லணும்?. யாராவது அம்மா அப்பாவைப் போய், அத்தை மாமான்னு அழைக்க சொல்லுவாங்களா?." என்று கத்தினாள்.

தன் மூச்சை இழுத்துவிட்ட கவிதன், "பொறுமையா இரு கோசலா. எதுனாலும் விடிஞ்சதும் பேசிக்கலாம்." என்று கூற.

"இல்லை. நீங்க எதையோ என்னிடமிருந்து மறைக்குறீங்க. உண்மையைச் சொல்லுங்க. எதுக்காக எங்களை இந்த வீட்டில் தங்க வச்சிருக்கீங்க?." என்று சீறினாள்.

கோசலாவின் பிடிவாதத்தால் வேறு வழியில்லாமல், நடந்த அனைத்தையும் கோசலாவிடம் கூற ஆரம்பித்தான்.

"அக்காவோட எட்டு வயசு பையன் சாவுக்கு நான் தான் காரணம்." என்று சொல்லி தலையைக் குனிந்தான்.

அதிர்ந்த கோசலா "என்ன சொல்றீங்க?" என்றாள்.

தலையை ஆட்டிய கவிதன், "அந்த பையனுக்கு மூளையில் கட்டி இருந்தது. அதை அறுவை சிகிச்சை இல்லாமல் கரைக்க முடியாது. அவனுக்கு அறுவை சிகிச்சையை நான் தான் தப்பா பண்ணி அவனை இந்த உலகத்தை விட்டே அனுப்பிட்டேன்." என்று கூறி தன் கைக-

ளால், தன் முகத்தை மூடினான்.

அவன் கையை முகத்தில் இருந்து எடுத்த கோசலா, “என்னங்க சொல்றீங்க?. நீங்க வேற மருத்துவமனையில் தானே வேலை பார்க்குறீங்க?. உங்க அக்கா பையன் அவங்க மருத்துவமனையில் தானே சிகிச்சை எடுத்திருப்பான்.” என்று தன் சந்தேகத்தைக் கேட்டாள்.

“அக்கா மருத்துவமனை மகப்பேறுக்கு பெயர் பெற்றது. அங்கு சிறந்த நரம்பியல் நிபுணர்கள் கிடையாது. அக்காவோட பையனுக்கு அறுவை சிகிச்சை பண்ணத் தான் நான் கொஞ்ச மாதத்திற்கு முன்னாடி இந்தியாவில் இருந்து இங்கு வந்தேன். அப்ப தான் இப்படி ஆகியிருச்சி.” என்று மிகவும் மனவருத்தத்துடன் சொன்னான்.

அவன் முகம் அதிக வேதனையைக் காட்டியது. “சின்ன வயசில் அப்பா கூட அக்காவை பார்க்க வருவேன். அதுக்குப் பிறகு அப்பா இறந்ததுக்குப் பார்த்தது. அதன் பிறகு, அவங்க வேற பாதையில் போயிட்டாங்க. ஆனா அவங்களை நான் அப்படியே விட்டிருக்கக் கூடாது.” என்று கூறும் போதே அவன் இடது கண்ணில் இருந்து ஒரு துளி கண்ணீர் தரையை நனைத்தது.

“சரி. இங்க வந்ததுக்குப் பிறகு தான் உங்க அக்காவை பார்த்தீங்களா?” என்று கோசலா கேட்க.

“நான் இங்க வந்தது ஒரு சிறுவனுக்கு அறுவை சிகிச்சை செய்ய. அவன் பெற்றோர்கள் எனக்கு யாருன்னு தெரியாது. நான்... நான் செஞ்ச தவறால் அந்த பையனின் உயிர் போனதும் தான் அவன் பெற்றோர்கள் இடத்தில் என் அக்காவையும், மாமாவையும் பார்த்தேன்.” என்று சொல்லிகொண்டே நின்ற இடத்திலையே மண்டியிட்டு, உடைந்து அழுதான்.

கவிதனை அந்த நிலையில் கோசலாவால் காணமுடியவில்லை. கவிதன் இருக்கும் இடம் எப்போதும் கலகலப்பாக இருக்கும். ஆனால் அந்த கலகலப்பு சிறிது நாட்களாகவே அவனிடம் இல்லை என்பதை பார்த்துக்கொண்டு தான் இருக்கிறாள்.

மிகுந்த மனவேதனையில் இருப்பவன் தன் மகன் மற்றும் மனைவியின் முகத்தைப் பார்த்து தான் ஏதோ நடமாடிக்கொண்டு இருக்கின்றான்.

கவிதனை அணைத்துக்கொண்டவள், “அழாதீங்க கவி. நீங்க வேணும்னு பண்ணலையே!.” என்று அவன் முதுகை தடவி விட்டவாறு

பேசினாள்.

"கவனைக்குறைவால் நடந்ததும், வேணும்னே பண்ணறதும் ஒன்னு தான். அன்னைக்கு எங்க அக்கா அழுத அழுகையைப் பார்த்து நான் செத்துட்டேன். இனி மருத்துவமே பார்க்ககூடாதுன்னு ஒரு வைராக்கி-யத்தில் இருந்த என்னை மாற்றியது எங்க அக்காவும் மாமாவும் தான்.

எங்க அக்கா படுற கஷ்டத்தைப் பார்த்து, நானே நம்ம துருவை அவங்களுக்கு தத்து கொடுக்குறதா வாக்கு கொடுத்துட்டேன்." என்று இவன் கூற.

அவ்வளவு நேரமும் அவன் சொன்ன விஷயங்களை வருத்தத்துடன் கேட்டவள், அவன் இறுதியாக சொன்ன வார்த்தைகளைக்கேட்டு காளி-யாக் மாறினாள்.

கெட்ட பாக்டீரியாவுடன் போரிடும் சிவப்பு ரத்த அணுக்களைப் போல தான் பெற்ற மகவுக்காக தன் காதல் கணவனையே எதிர்க்க வேண்டியதாகியது கோசலாவிற்கு.

கவிதன் மனது எவ்வளவு வேதனையில் இருந்ததோ, அதற்கு சற்றும் குறைவில்லாமல் அதிக வேதனையில் இருந்தது கோசலாவின் மனது.

"என்ன சொன்னீங்க? என்னை... என்னை கேட்காம இப்படி ஒரு வாக்கை கொடுக்க உங்களுக்கு எப்படி மனசு வந்தது?. என் பையனை நான் உங்க அக்காவிடம் கொடுப்பேன்னு நீங்க எப்படி நினைக்கலாம்?." என்றாள் கோபத்துடன்.

"கோசலா நான் சொல்றதைக் கேளு. நமக்கு இன்னொரு குழந்தை கண்டிப்பா பிறக்கும். ஆனா அக்காக்கு... ப்ளீஸ் பிரிஞ்சிக்கோ. நாம துருவனை அக்காவிடம் கொடுத்து விடலாம்." என்று அவ்வளவு பெரிய வார்த்தைகளை மிகவும் சாதரணமாக கூறிவிட்டான்.

கோசலா எதுவும் பேசவில்லை. சிறிது நேர அமைதிக்குப்பின் கவி-தன், "உனக்கு மேல நான் வேதனையில் இருக்கேன் கோசலா. துருவன் கூடவே தான் நாமும் இருக்கப் போறோம். ஆனா அவன் இங்கு அக்காவின் குழந்தையாகவே வளருவான். அக்கா எப்போதும் வீட்டில் இருக்கமாட்டாங்க. நீ எப்போதும் போல துருவன் கூடவே இருக்கலாம்." என்றான்.

அவனை முறைத்தபடி பார்த்தவள், "எப்படீங்க... என்னை அம்-மான்னு கூப்பிடுறதுக்குப் பதில் அத்தைன்னு கூப்பிடுற கொடூர

சொல்லை கேட்க சொல்றீங்களா?. உங்களுக்கு வேண்டுமானால், அப்பாவை மாமான்னு கூப்பிடுறது பிடிக்கலாம். ஆனா எனக்கு அப்படி இல்லை. அவன் என்னை அத்தைன்னு கூப்பிட்டா நான் செத்துருவேன்.'' என்றதும் தான் தாமதம் அவளை அடிக்க கை நீட்டி இருந்தான் கவிதன்.

பின் என்ன நினைத்தானோ மெதுவாக தன் கையை கீழே இறக்கினான். முதல் முறையாக தன் கையை நீட்டியிருந்தான் கவிதன். ஆம் சிறு உயிர்களுக்குக் கூட துரோகம் இழைக்காத அதே கவிதன் தான் இன்று தன் காதல் மனைவியையே அடிக்க கை நீட்டியிருந்தான். ஆனால் காலத்தின் விளையாட்டால் தமக்கைக்கும் தாரத்திற்க்கும் நடுவே கவிதன் சிக்கப்போவது நிச்சயம்.

''ஏன் நிறுத்திட்டீங்க? என்னை அடிங்க. அடிச்சு ஒரேடியா கொன்றுங்க. பிறகு நீங்களும் உங்க அக்காவும் பண்ற கூத்தை பார்க்க நான் ஏன் உயிரோடு இருக்கணும்?.'' என்று பேசியவள், பின், ''இல்லை... இல்லை... நான் ஏன் சாகணும்?. இந்த தப்பை பண்ணது நீங்க தானே!. நானும் என் பிள்ளையும் என்ன செய்தோம். உங்க அக்கா தண்டனை கொடுக்கணும்னா, அவங்க பிள்ளையை கொன்ன உங்களுக்குத் தானே கொடுக்கணும்.'' என்று விபரிதமாக வார்த்தைகளை விட்டு, ஏற்கானவே காயம் பட்டிருந்த அவன் நெஞ்சில், தன் வார்த்தைகள் என்னும் ஈட்டியை பாய்ச்சினாள்.

கவிதனுக்கு பேசமுடியாமல் துக்கம் தொண்டையை அடைத்தது. ''அக்காக்கு ரொம்ப கஷ்டப்பட்டு தான் குழந்தை பிறந்தது. பின் கர்ப்பப்பையில் ஏற்பட்ட பிரச்சனை காரணமாக அவங்களால் இன்னொரு குழந்தைக்கு தாய் ஆக முடியாது. அவங்க இடத்தில் இருந்து பாரு கோசலா...'' என்று தயங்கியப்படி தான் கூறினான்.

நலுங்கிய தோற்றத்துடன் ஓய்ந்து போய் அமர்ந்திருந்தவனைப் பார்த்து, ''நீங்க சொல்றதை கேட்கணும்னு எனக்கு அவசியம் இல்லை கவிதன்.'' என்றாள் கண்களை நெருங்கி வைத்தபடி.

''என் வார்த்தைக்கு நீ மதிப்பு கொடுக்க மாட்டியா கோசலா?'' என்றான் கெஞ்சல் குரலில்.

''கண்டிப்பா கொடுப்பேன் கவி.'' என்றதும் முகத்தை இலகுவாக்கியன், பின் அவள் சொன்ன, ''ஆனா அது என் குழந்தை விஷயத்தில்

நடக்காது. திடீர்னு நேத்து முளைத்த அக்கா உங்களுக்குப் பெருசுன்னா, பத்து மாசம் சுமந்து கஷ்டப்பட்டு நான் பெற்றெடுத்த குழந்தை எனக்கு பெருசு. என் குழந்தையை நான் யார்கிட்டையும் கொடுக்கமாட்டேன்." என்று கோசலா சொன்னதும், திரும்பவும் அவன் முகம் வாடியது.

அவன் முகம் கசங்கியதைக் கண்டு பொறுக்காதவள், "இதை வச்சி நமக்குள்ள சண்டை வேண்டாம் கவி. வாங்க நாம திரும்ப இந்தியா போயிடுவோம். இனி அந்த பொம்பள முகத்தில் முழிக்க வேண்டாம்." என்று சொன்னதும், எதற்கும் கோபப்படாத கவிதனுக்கே கோபம் வந்து-விட்டது.

"ஏய்... மரியாதையா பேசு. உன்கிட்ட போய் கேட்குறேன் பாரு. நீ என்ன சொல்றது, நான் சொல்றேன். துருவன் எனக்கும் பையன் தான் அவனை நான் என் அக்காவிற்கு தத்து கொடுக்கத்தான் போகிறேன்." என்றான் ஆவேசமாக.

அவன் ஆவேசத்திற்கு ஈடுகொடுத்து, "அப்ப நீங்களும் நல்ல கேட்-டுக்கோங்க. உங்களை நான் விவாகரத்துப் பண்றேன். குழந்தை யார்-கிட்ட இருக்கணும்னு கோர்ட் முடிவு பண்ணட்டும்." என்று கூறி அவனுக்கு அதிர்ச்சியளித்தாள்.

7

ஆயிரம் சொந்தங்கள் இருந்தாலும் தாயைப் போல அன்பு செய்ய இவ்வுலகில் எவரும் இல்லை. தன் மகவிற்காக தன் காதல் கணவனையே பிரிய முடிவெடுத்து விட்டாள் கோசலா.

கோசலாவின் ஒவ்வொரு வார்த்தையும், கவிதனின் காதுகளில் குண்டூசி குத்துவது போல் குத்த ஆரம்பித்தது. ஏற்கனவே உடைந்து போய் இருந்தவன், கோசலாவின் பேச்சைக் கேட்டு முழுவதுமாக உடைந்தான்.

“என்னை விட்டு பிரிந்துவிடுவேன் என்று அவ்வளவு சுலபமா சொல்ற கோசலா! என் உடம்பில் இருக்கும் உயிர் நீ. நீ என்னைப் பிரிந்தால் நான் வெறும் உயிர் இல்லாத கூடு தான். நீ இல்லாத வாழ்க்கையை என்னால் நினைச்சு கூட பார்க்க முடியாது. நான் இல்லாமல் உன்னால் இருக்க முடியுமா.” என்று திக்கித் திணறியபடியே கேட்டான்.

அதற்கு சிறிதும் யோசிக்காமல், “முடியும். எனக்கு என் பையன் மட்டும் போதும். உங்களுக்குத் தான் உங்களை அப்பான்னு சொல்ல பார்பியோட பொண்ணு இருக்காளே.” என்றாள்.

இங்கு கவிதனுக்கு வேக வேகமாக மூச்சு வாங்க ஆரம்பித்துவிட்டது. பொதுவாக ஆண்களுக்கு இதயத்துடிப்பு ஒரு நிமிடத்திற்கு 70 முறை துடிக்கும். ஆனால் கவிதனுக்கு அதையும் விட வேகமாக துடிக்க ஆராம்பித்தது.

“அப்ப... நான் அவ்வளவு தான் இல்ல....” என்றான் திணறியபடி. அவன் திணறியதைப் பார்த்து பயந்தவள், “என்னங்க... என்னாச்சி உங்களுக்கு.” என்றவள் வேகவேகமாக மேஜை மீது இருந்த தண்ணீர் குடுவையில் இருந்த தண்ணீரை டம்பளாரில் ஊற்றி அவனுக்குப் பருக

கொடுத்தாள்.

அதை தள்ளியவன், “எனக்கு வேண்டாம் கோசலா. நான் இந்த உலகத்தில் இருப்பதும் ஒன்னு தான் இல்லாததும் ஒன்னு தான். எனக்குன்னு யார் இருக்கா?.” என்று சொல்லிக்கொண்டு இருக்கும் போதே அவன் வாயில் தண்ணீரை சரித்திருந்தாள்.

கவிதனும் வேறு வழி இல்லாமல் தண்ணீரை அருந்தினான். “நீங்க இப்படி பேசுறது எனக்கு ரொம்ப கஷ்டமா இருக்குங்க. நான் அப்படி சொன்னது தப்பு தான். அது போல் குழந்தையை உங்க அக்காவிடம் தத்து கொடுப்பேன்னு நீங்க சொன்னதும் தப்பு தான்.” என்று கோசலா கூற.

வெறுமையாக சிரித்தவன், “நீ, நான் அக்காவிடம் பேசிய பாதியைக் கேட்டு தான் மயங்கி விழுந்திருக்கணும். அக்கா, ‘இனி துருவன் உனக்கு மருமகன் முறைன்னு’ சொன்னதும். நான் அவங்களை ரொம்ப பேசிட்டேன். துருவனை என்ன தான் நாம் தத்து கொடுத்தாலும் அவனுடைய அம்மா அப்பா நாம் மட்டும் தான்.” என்றான் உறுதியாக. ஆனால் நிலாவிடம் துருவனை ஒப்படைக்கும் எண்ணத்தை மட்டும் அவன் மாற்றவில்லை.

கோசலாவிற்கு கவிதனை எவ்வாறு சமாளிப்பது என்றே தெரியவில்லை. கவிதனின் மனகஷ்டம் அவளுக்கு பெரும் துயரத்தைத் தந்தது. ஆனால் அதற்காக தன் மகனை விட்டுத் தர முடியாதே.

கவிதனின் இந்தப்பக்கம் கோசலாவிற்கு புதிது. அவன் பதிலுக்கு சண்டை பிடித்திருந்தால் கூட அவனை தூக்கி எறிந்துவிட்டு தன் மகனோடு இங்கிருந்து சென்றிருப்பாள். ஆனால் உடைந்த நிலையில், மிகுந்த மனவேதனையில் கவிதனை விட்டு அவளால் கண்டிப்பாக இங்கிருந்து செல்ல முடியாது.

அவனை உயிருக்கு உயிராக நேசித்து, தன் குடும்பத்தினரின் முன்னிலையில், அவன் கரம் பற்றியவள். அவளுக்கு தன் மகன் ஒரு கண் என்றாள் கவிதன் மற்றொரு கண்.

சிறிது நேரம் அமைதியாக எதுவோ யோசித்தவள் பின், “நீங்க பண்ண தப்பை நினைச்சி ரொம்ப மன வேதனையில் இருக்கீங்க கவி. இப்ப எதுவும் நாம் பேச வேண்டாம். துருவனை உங்க அக்காவிற்கு கொடுப்பதைப் பற்றி பிறகு பேசலாம். நாம் இங்கே தானே இருக்கப்போ-

றோம்.'' என்றவள், 'இதை நாம் மிகவும் கவனாமாகத் தான் கையாள வேண்டும். இவரை எதுக்காக பகடைக்காயாக நிலா அண்ணி பயன்படுத்துறாங்கன்னு தெரியல.' என்று தன் மனதினுள் நினைத்துக் கொண்டாள்.

காலை பொழுது நன்றாக விடிந்ததும், தன் அறையை விட்டு வெளியே வந்தாள் கோசலா. அப்பொழுது எங்கிருந்தோ ஓடி வந்த அவள் மகன் துருவன், ஓடி வந்து அவள் கால்களை அணைத்துக்கொண்டான்.

அவன் முகம் மிகவும் களைப்பாக இருந்தது. அவன் இரண்டு கண்களும் கோவைப்பழம் போல் சிவந்து போய் இருந்தது. அவனைப்பார்த்து பதறிவிட்ட கோசலா, அவன் அளவு முட்டிங்காலிட்டு அமர்ந்தாள்.

''அச்சோ என் குட்டிக்கு என்னாச்சி. சரியா தூங்கலையா செல்லாம்.'' என்று கேட்டதும், அவ்வளவு நேரம் அழுகையைக் கட்டுப்படுத்தியிருந்த அந்த பாலகன் வெடித்து அழ ஆரம்பித்தான்.

''போ.... போம்மா நீ விட்டுட்டு எங்கையோ போயிட்ட.'' என்று தன் சிப்பி உதட்டை பிதுக்கியபடி, அழுது கொண்டே கூறினான்.

''அம்மா சாரிடா செல்லம் இனி உன்னை விட்டுட்டு நான் எங்கையும் போக மாட்டேன். சரியா. இனி அழக்கூடாது.'' என்று சொல்லிக்கொண்டே தன் மகனின் கண்ணீரை துடைத்துவிட்டாள்.

''நீ என்னை விட்டுட்டு எங்கையாவது போனா நான் உன்கூட பேசமாட்டேன். அங்க இருக்குற நிலா ஆன்ட்டி, 'அம்மான்னு சொல்லு... அம்மான்னு சொல்லுன்னு.' என்னை தூங்கவே விடவில்லை அம்மா.'' என்றவனனுக்கு, எதனால் அவள் அப்படி சொல்லச்சொன்னாள் என்று சுத்தமாக விளங்கவில்லை. ஆனால் துருவனின் கண்களுக்கு நிலா ராட்சசியாக தெரிந்தாள்.

நிலா, அவனை சொல்லச் சொன்னது, துருவனுக்கு நட்ட நடுராத்திரியில் அவனை எழுப்பிவிட்டு, ரைம்ஸ் இப்பவே சொல் என்பதைப் போல் இருந்தது. துருவனுக்கு அம்மா என்றாள் அது கோசலா மட்டுமே!. பொதுவாக அனைத்து குழந்தைகளுக்கும் அப்படி தானே. ஒருவரை அம்மா என்று அழைப்பவர்கள் திடீரென்று அவரை அத்தை அல்லது சித்தி என்று அழைக்க சொன்னால் எவ்வாறு அழைப்பர்?.

தொடர்ந்து தன் மழலை மொழியில் பேசிய துருவன், "இப்ப தான் அவங்க கதவை திறந்ததும் நான் ஓடி வந்துட்டேன்." என்று அழுகையில் தொடங்கியவன், அவன் செய்ததை முகத்தில் தோன்றிய புன்னகையுடன் தன் தாயிடம் சொல்லி முடித்தான்.

அவன் பேசியதைக் கேட்டதும், நிலா தன் மகனை மிகவும் கொடுமைப்படுத்தியது தெரியவந்தது, அவள் மேல் அளவுக்கதிகமாக கோபம் கொண்டாள் கோசலா. பின் தன் மகன் இருப்பதை உணர்ந்து, "நாம் நம்ம அறைக்குப் போகலாம் குட்டி." என்று அவனை கூட்டிக்கொண்டு அவர்கள் அறையை நோக்கிச் சென்றாள்.

கோசலா தங்கள் அறைக்கதவில் கை வைக்கும் போது, அவளுக்கு முன்னே உள்ளிருந்து கதவைத் திறந்து கொண்டு வெளியே வந்தாள் பார்பி. இரவு உடையில் மிகவும் கவர்ச்சியாக இருந்த பார்பி, கோசலாவை திமிராக பார்த்தாள்.

அவளை இங்கு எதிர்பார்க்காத கோசலா, "இங்க என்ன பண்ற?." என்றாள் ஒருமையில்.

"என்னாச்சி கோசலா? கொஞ்சமும் மரியாதை இல்லாம பேசுறீங்க?. இதுவே கவி, என்னைப் போல ஒரு மருத்துவரை திருமணம் செய்திருந்தா, அவங்க இப்படி சீப்பா பிஹேவ் பண்ணியிருக்க மாட்டாங்க. நீங்க கொஞ்சமும் கவிக்கு பொருத்தம் இல்லை." என்று தன் மனதில் உள்ள வஞ்சம் அனைத்தையும் கொட்ட ஆரம்பித்தாள்.

துருவனை அறைக்குள்ளே அனுப்பி வைத்த கோசலா, பார்பியிடம் திரும்பி, "கொஞ்சம் கூட கூச்ச நாச்சமே இல்லாம இரவு உடையில் அடுத்தவங்க அறைக்குள் வருகிற நீங்க என்னோட பிஹேவியர் பத்தி பேசுறீங்களா?." என்று அவள் போட்ட பந்தை வெளுத்து வாங்கினாள் கோசலா.

அதில் பார்பியின் கோபம் எல்லையைக் கடந்தது, "ரொம்ப பேசுறீங்க கோசலா. நானே, கவியிடம் தலைவலிக்கு மாத்திரை இருக்கான்னு தான் கேட்க வந்தேன். ஆனா நீங்க என்னை ரொம்ப அவமானப்படுத்துறீங்க. நான் போறேன்." என்று சொல்லிவிட்டு சாரைப் பாம்பை போல் வேகமாக ஓடி அங்கிருந்து சென்றுவிட்டாள்.

இங்கே தன் அறைக்குள் சென்றவள், அங்கு கவிதன் இல்லாததைப் பார்த்து நிம்மதி அடைந்தாள். பின் மெதுவாக குளியலறைக்குள் இருந்து

தலையை துவட்டிய படியே வெளிவந்தான் கவிதன். அவனிடம் பார்பி-யைப் பற்றி கோசலா எதுவும் சொல்லவில்லை.

அங்கே கட்டிலில் துயில் கொண்டிருந்த தன் மகன் துருவனைப் பார்த்தவன், “நான் சொன்னேன்ல அக்கா ரொம்ப நல்லவங்க. அதுக்-குள்ள அவங்க துருவை இங்க அனுப்பி விட்டுட்டாங்க பாரு.” என்றான் கோசலாவிடம்.

‘இந்த மாதிரி நீங்க அக்கா பாசத்தில் பைத்தியமா இருக்கப் போய் தான் அவங்க இந்த ஆட்டம் ஆடுறாங்க.’ என்று தன் மனதினுள் நினைத்தவள், “உங்க அக்கா அவனை ராத்திரி முழுவதும் தூங்கவே விடலை. அவன் எழுந்ததும் நீங்களே அவன் கிட்ட கேளுங்க.” என்றவள் உதட்டை சுழித்தாள்.

மூச்சை இழுத்து வெளியே விட்டவன், “மறுமடியும் எந்த பிரச்சனை-யும் நமக்குள்ள வேண்டாம் கோசலா. எங்க அக்கா பத்திரை மாத்து தங்கம். அவங்க போல நல்லவங்க இந்த உலகில் கம்மி தான். துருவன் தான் தூங்காம அவங்களை படுத்தியிருப்பான்.” என்று இவன் கூறுவ-தைக் கேட்டு, கோசலாவின் மனதில் எரிமலை ஒன்று பொங்கிக்கொண்டு இருந்தது.

ஆனால் கோசலா வெளியே அமைதியாகவே இருந்தாள். அவள் மனதில் உள்ள வார்த்தைகள் அனைத்தையும், அவள் முகம் பிரதிப-லிக்கவில்லை.

“எனக்கு நீயும் சந்தோஷமா இருக்கணும், எங்க அக்காவும் சந்தோ-ஷமா இருக்கணும். என் வாழ்வில் நீங்கள் இருவரும் இன்றியமையாத-வர்கள்.” என்றான் நெகிழ்ச்சியாக.

கோசலாவின் மூளையில் பல திட்டம் ஓடிக்கொண்டிருந்தது. மெது-வாக கவிதனிடம், “பார்பி என்கூட பேசுறதை விட உங்கக்கூட தான் பேச விரும்புறாங்க. அது ஏன்னு தான் எனக்கு புரியலை கவி.” என்று சொல்லி அவனை ஆழம் பார்த்தாள்.

அவளுக்கு தன் கணவன் மீது முழுமையாக நம்பிக்கை இருக்கிறது. ஆனால் பார்பியைப் பற்றி சில விஷயங்கள் அவளுக்குத் தெரியவேண்டி இருந்தது. கத்தி சண்டையிடுவதை விட தன் மதியால் இந்த விஷயங்-களைக் கையாள நினைத்தாள்.

கோசலாவிற்கு அதிகம் யோசிக்கும் திறன் எப்போதும் இருந்தது இல்லை. ஆனால் தன் மகன் விஷயத்தில் அவளது மூளை மிகவும் வேகமாக செயல்பட ஆரம்பித்தது.

பார்பியைப் பற்றி கோசலா கேட்டதும், சிரித்த கவிதன், "எனக்கு குட்டி தங்கச்சி இருந்தா எப்படி இருப்பாளோ அதை போலவே தான் பார்பியும். ஆனா அவள் உன்னைப் போலவே மிகவும் வெகுளி." என்றான்.

"இங்க பாருங்க கவி. நானும் வெகுளி இல்லை. அவளும் வெகுளி இல்லை. நீங்க சுற்றிவளைக்காமல் விஷயத்திற்கு வாங்க." என்றாள் கட்டளையாக.

அதில் சிரித்து வைத்தவன், "உனக்கு பொறாமையா இருக்கா கோசலா." என்று பழைய கவிதனாக அவளிடம் வம்பு வளர்க்க ஆரம்பித்தான்.

அதற்கு அவனை முறைத்து பார்த்தாள். அதில் பயந்தது போல் நடித்தவன், "சரி சரி முறைக்காத. அந்த பொண்ணுக்கு என் மேல் ஒரு கிரஷ்." என்றான் பொய் வெக்கத்துடன்.

அதில் அவள் மனதில் உள்ள எரிமலை எப்ப வேண்டுமானாலும் வெடிக்கலாம் என்ற நிலையில் இருந்தது.

8

அவனை நேர்ப்பார்வை பார்த்தவாரு, “க்ரஷ்ன்னா என்ன?” என்றாள் ஒரு மாதிரியான குரலில்.

“இதுக்கூட தெரியாதா? லவ்வருக்குக் கீழ, ப்ரண்ட்டுக்கு மேல.” என்றான் கேலி பார்வையுடன்.

மெல்ல கவிதனுக்கு நெருக்கமாக சென்றவள், அவன் உச்சி மண்டையில் நச்சென்று, தன் விரல்களை மடக்கி குத்தினாள். அதில், “ஐயோ....” என்று பெருங்குரல் எடுத்து கத்த ஆரம்பித்துவிட்டான்.

வேகமாக தன் கை மூலம் அவனது வாயை பொத்தியவள், “என்ன பண்றீங்க?. இப்ப தான் துருவ் கொஞ்சம் தூங்க ஆரம்பிச்சிருக்கான்.” என்று அவனை கண்டித்தாள்.

அவள் கையை தன் வாயிலிருந்து எடுத்து விட்டவன், “வலிக்குது கோசலா.” என்றாள் பாவமான பாவனையில்.

“நல்லா வலிக்கட்டும். நான் கேட்குறதுக்கு ஒழுங்கா பதில் சொல்றீங்களா?.” என்று இவள் குறைபட.

கோசலாவின் கேள்விக்கு ஒழுங்காக பதில் கூற ஆரம்பித்திருந்தான் கவிதன். “பார்பியோட பொண்ணு மேல நான் அக்கறையா இருக்குறதைப் பார்த்துட்டு, பார்பி என்னிடம், ‘நீங்க எனக்கு கணவரா வந்துருந்தா நல்லா இருந்துருக்கும்னு சொன்னா.’ அதில் இருந்து இந்தியா போற வரைக்கும் நான் அவளிடம் பேசவில்லை.

அதனால் தான் நான் திரும்ப இங்க வரும் போது, பார்பி என்னிடம் மன்னிப்பு கேட்டா. நீ இதை பெருசா எடுத்துக்காத. என் மேல் உள்ள ஈர்ப்பு காரணமாக தான், அவள் உன்னிடம் சரியா பேசாம இருந்திருக்கலாம். அதுக்காக அவளிடம் பேசாமல் இருக்காத கோசலா.” என்று

சொல்லும் போது, அவர்கள் அறையை யாரோ தட்டும் சத்தம் கேட்டது.

கவிதன் கதவைத் திறந்து பார்க்கும் போது வேலை செய்யும் பெண் ஒருத்தி சோகமே வடிவாக நின்றிருந்தாள்.

கவிதன் அவளிடம் என்னவென்று வினாவ, "நிலா மேம் உங்களை இப்பவே நிலா மருத்துவமனைக்கு வர சொன்னாங்க சார்." என்று சொல்லிவிட்டு சென்றாள்.

திரும்பி கோசலாவை பார்த்தவன், "ஏதோ அவசரம் போல. நீ பார்த்துக்கோ. இன்னைக்கு துருவ் விடுமுறை எடுத்து கொள்ளட்டும்." என்று சொல்லிவிட்டு வேகமாக தன் உடையை மாற்றிக்கொண்டு ஓடினான்.

அவன் சென்றதும் கட்டிலில் அப்பாடா என்று அமர்ந்தவள், 'நிலா அண்ணி என்கிட்ட நல்லவங்க மாதிரி நடிக்குறாங்க. ஆனா அவங்க ஏழை மாணவிகளுக்கு அவ்வளவு உதவி பண்றாங்களே! அப்படி பட்டவங்க ஏன் துருவனை தூங்க விடாம கொடுமை படுத்துனாங்க.' என்று தன் மனதில் நினைத்து குழம்பினாள்.

அப்பொழுது தான் அவளுக்கு ஒன்று நியாபகம் வந்தது. 'நேத்து ஒரு பொண்ணு ஜன்னல் வழியா வெளிய போனாளே அவள் என்ன ஆனா?. இங்கு இருக்கும் பெண்கள் எல்லாரும் ஏன் நோய்வாய்பட்ட மாதிரி இருக்காங்க. நிலா அண்ணி ஏதாவது தப்பான வேலைக்கு இந்த பொண்ணுங்களை உபயோகப்படுத்துறாங்காளா.' என்று ஏதேதோ யோசித்து மிகவும் குழப்பம் அடைந்தாள்.

'எதாவது செய்து அவங்க நல்லவங்க இல்லையென்று கவிக்கு நிரூபிக்கணும்.' என்று தன் மனதில் உறுதி கொண்டவள், அதற்கான வேலைகளை இப்போதே செய்யும் ஆயத்தம் கொண்டு, துருவன் நன்றாக தூங்கி கொண்டிருப்பதை உறுதி செய்துவிட்டு, மெதுவாக வெளியே சென்றாள்.

யோசித்துக்கொண்டே வெளியே சென்றவளுக்கு, அப்போது தான் சவிதா என்ற பெண் நியாபகத்திற்கு வந்தாள். 'ஆமாம் சவிதான்னு ஒரு பொண்ணு வந்த அன்னைக்கு என்னிடம் நல்லா பேசுனாளே! இப்போதைக்கு நான் அவளை பார்க்கவே இல்லையே!. சரி அந்த பெண்கள் தங்கி இருக்கும் அறை பக்கம் சென்று பார்க்கலாம்.' என்று நினைத்தப்படியே, அவ்வளவு பெரிய வீட்டில் அந்த பெண்கள் தங்கியிருக்கும்

பகுதி நோக்கிச் சென்றாள்.

அவர்கள் இருக்கும் அறை பகுதிக்கு வெளியே வெட்டவெளியாக இருந்தது. அங்கே அமர்ந்து தங்களது துணிகளை துவைத்துக்கொண்டி-ருந்தனர் இரண்டு பெண்கள். அவர்கள் அருகே சென்றவள், “ஹாய்! காலை வணக்கம்.” என்றாள் கோசலா.

இவளை திரும்பி பார்த்த இரண்டு பெண்களும் திடுக்கிட்டனர். “ஹேய்! என்னை பார்த்து ஏன் பயப்படுறீங்க?. நான் உங்களை எதுவும் செய்யமாட்டேன்.” என்றதும் அந்த பெண்கள் இருவரும் ஒருவர் முகத்தை ஒருவர் பார்த்துக்கொண்டனர்.

அவர்கள் முகம் பயங்கரமாக வெளிறிப்போய் இருந்தது. “நீங்க எங்-களிடம் பேசக்கூடாது மேடம். பார்பி மேடம் தான் எங்களை கண்-காணிப்பாங்க. உங்கக்கூட பேசுறதை பார்த்தா அவங்க நிலா மேடம் கிட்ட சொல்லிருவாங்க. அப்பறம் எங்களுக்கு தான் பெரிய பிரச்சனை. தயவு செய்து இங்க இருந்து போயிடுங்க மேடம்.” என்றாள் அதில் ஒரு பெண்.

“சரி நான் இங்க இருந்து போயிடுறேன். அதுக்கு முன்னாடி உங்க கூட வேலை பார்க்குற சவிதா எங்க இருக்கான்னு எனக்குத் தெரி-யணும்.” என்று சொல்லிக்கொண்டே வெளிப்புறமாக இருந்த திண்டில் ஏறி அமர்ந்தாள்.

“சவிதாக்கு இன்னைக்கு காலையில் காலேஜ் மேடம். எங்களுக்கு மதியம் தான்.” என்று நலுங்கிய தோற்றத்தில் இருந்த பெண் ஒருவள் கூற.

“அப்ப நீங்க ரெண்டு பேர் மட்டும் தான் இங்க இருக்கீங்களா?.” அவர்கள் இருவரையும் பார்த்தப்படி கேட்டாள் கோசலா.

“இல்லை மேடம். ஒரு பொண்ணுக்கு வயிற்று வலி. அதனால் அவள் உள்ளே படுத்துருக்கா.” என்றதும், திண்டில் இருந்து வேகமாக எழுந்த கோசலா, “வயிற்று வலியா?. டாக்டரை பார்த்தீங்களா?.” என்ற கேள்விக்கு.

இல்லை என்ற பதிலே அவர்களிடமிருந்து வந்தது. அதில் சற்று கோபமடைந்த கோசலா, “ஒன்னுக்கு மூணு மருத்துவரை வீட்டில் வைத்துக்கொண்டு நீங்கள் ஏன் இப்படி இருக்கீங்க?. பார்பி தானே உங்-களுக்கு இன்சார்ஜ். அவங்கக்கிட்ட சொன்னீங்களா?.” என்றாள் கடின-

மான குரலில்.

“அவங்களை பார்த்துக்கிட நான் இருக்கேன் கோசலா உங்களுக்கு ஏன் வீண் சிரமம்...” என்று திடீரென்று அங்கே பார்பியின் குரல் கேட்டது. அவள் குரல் கேட்டதும் சும்மாவே ஓய்ந்து போய் இருந்த பெண்கள் இருவரும், ஒருவர் கைகளை ஒருவர் பற்றிக்கொண்டு பயந்துபோய் நின்றிருந்தனர்.

பார்பியின் குரல் கேட்டு அவளை திரும்பி பார்த்த கோசலா, அங்கே நின்றிருந்த பெண்கள் மிகவும் பயந்துபோய் நின்றிருந்ததையும் தன் மனதில் குறித்துக்கொண்டாள்.

“ஹாங்... வாங்க பார்பி. இங்க ஒரு பொண்ணுக்கு உடம்பு சரியில்லையாம். நீங்க இல்லாத நேரம் நான் தானே இந்த பொண்ணுங்களை பார்த்துக்கணும். ஏன்னா நிலா அண்ணி எனக்கும் அண்ணி தானே!.” என்று சொல்லிவிட்டு காரணம் இல்லாமல் சிரித்து வைத்தவள், ‘இந்த நேரம் பார்த்து தான் இவள் இங்கு வரவேண்டுமா?.’ என்று தன் மனதிற்குள் நினைத்துக்கொண்டாள்.’

“அதான் நான் வந்துட்டேன் அல்லவா. நீங்க துருவை போய் பாருங்க கோசலா.” என்றவள் பேச்சு, ‘இங்கிருந்து முதலில் செல்.’ என்று சொல்லாமல் சொல்லியதைப் போல் இருந்தது.

தன் அறைக்குள் திரும்பவும் வந்தவள், துருவன் எழுந்ததும் அவனை அழைத்துக்கொண்டு உணவருந்த சென்றாள். அங்கே பார்பியும் அவள் மகள் தியாவும் உணவருந்தி கொண்டிருந்தனர்.

கோசலாவும், பார்பியும் எதுவும் பேசிக்கொள்ளவில்லை. உணவை அருந்தாமல் அடம்பிடித்தபடி இருந்த தியா, “எனக்கு இன்னைக்கு கண்டிப்பா பொருட்காட்சி போயாகணும் அம்மா. அப்ப தான் நான் சாப்பிடுவேன்.” என்றாள் அடமாக.

“உனக்கு எத்தனை தடவை சொல்லுறது தியா அப்பா சாயந்திரம் வந்து உன்னை கூட்டிட்டுப் போவாங்க.” என்ற பார்பி, அங்கே அமைதியாக அமர்ந்திருந்த கோசலவிடம், “கவி தான் சொன்னாரு கோசலா, இவளை சாயந்திரம் அழைச்சிட்டுப் போறதா.” என்று சம்பந்தம் இல்லாமல் கோசலாவை தன் பேச்சில் இழுத்தாள்.

பார்பியைப் பற்றி இப்போது நன்றாக புரிந்து கொண்டாள் கோசலா. பார்பியின் முகத்தை தன் அகக்கண் மூலம் உற்று பார்த்த கோசலா,

'இந்த வீட்டில் வினோதமா எதுவோ நடக்குது. இந்த பொண்ணுங்களை எல்லாம் தப்பான விஷயத்திற்கு தான் பயன்படுத்துறாங்க. கூடிய சீக்கிரம் அது என்னதுன்னு கண்டுபிடிக்கிறேன்.' என்று மனதில் நினைத்தவள், பார்பியின் கேள்விக்கு எதுவும் பதில் அளிக்கவில்லை.

அமைதியாக உண்டுவிட்டு, துருவனோடு சேர்ந்து தன் அறையை நோக்கிச் சென்றாள். அப்போது எதுவோ நியாபகம் வரப்பெற்றவளாக, "குட்டி நீ நம்ம அறைக்குள் போய் படுத்து தூங்கு. தூக்கம் வரவில்லை என்றால் டிவி பாரு. அம்மா இப்போ வந்துருவேன்" என்று துருவனிடம் சொன்னவள், அவனை அவர்கள் அறை நோக்கி அனுப்பி வைத்தாள்.

இங்கே மெதுவாக பார்பியின் அறை நோக்கிச் சென்றவள், அவளின் அறை வெளியே உள்ள தூணின் மறுபக்கம் நின்று கொண்டாள்.

தன் மகளுடன் அறையில் இருந்து வெளியே வந்த பார்பியிடம், "என்னை ஷாப்பிங் கூட்டிட்டு போம்மா...." என்று அடம்பிடிக்க ஆரம்பித்தாள் அவள் மகள்.

"சரி. நீ ஸ்கூல் போயிட்டு வந்ததும். உன்னை கூட்டிட்டுப் போறேன். இப்ப நீ எதுவும் அடம்பிடிக்காம சமத்தா வருவியாம்." என்று குழந்தையிடம் கூறிக்கொண்டே தன் அறையின் கதவை பூட்டினாள்.

பின் சுற்றிமுற்றி பார்த்தவள், அருகில் யாரும் இல்லாததை உறுதி செய்துகொண்டு, அந்த சாவியை அழகுக்காக வைக்கப்பட்டிருக்கும் பூந்தொட்டிக்குள் மறைத்து வைத்துவிட்டு, தன் மகளையும் கூட்டிக்கொண்டு அங்கிருந்து சென்றாள்.

அவள் சென்றதை உறுதி படுத்திக்கொண்டு மெதுவாக தூணின் மறைவில் இருந்து வெளியே வந்தாள் கோசலா. அங்கே இருந்த பூந்தொட்டிக்குள் கையை விட்டு சாவியை எடுத்தவள், மெதுவாக அந்த சாவியை வைத்து பார்பியின் அறைக்கதவை திறந்தாள்.

உள்ளே சென்று வேக வேகமாக கதவை அடைத்துக்கொண்டவள், 'இன்னைக்கு இந்த வீட்டில் என்ன தான் ரகசியம் நடக்குதுன்னு நான் கண்டுபிடிக்காம விடமாட்டேன்.' என்று உறுதிகொண்டவாறு, அங்கிருந்த ஓவ்வொரு இடத்தையும் ஆராய ஆரம்பித்தாள்.

ஒவ்வொரு இடத்தையும் சல்லடையிட்டு தேடியவளுக்கு, கட்டிலின் மேல் இருந்த மெத்தைக்கு அடியில், அலமாரியின் சாவி தென்பட்டது. அதை வைத்து ஒவ்வொரு அலமாரியாக திறந்து பார்த்த கோசலா-

விற்க்கு ஏமாற்றமே மிஞ்சியது. அவள் தேடிய அலமாரி அனைத்திலும் பார்பியின் மேக்அப் சாமான்கள், மற்றும் துணிமணிகள் மட்டுமே தென்பட்டது.

அதில் எரிச்சல் அடைந்தவள், 'என்ன இது. இங்க ஒன்னுமே இல்ல. வெறும் துணிகள் மட்டும் தான் இருக்கு.' என்று நினைத்தவள் வேறு ஒரு அலமாரியைத் திறந்தாள். அதில் விலையுயர்ந்த, கண்ணைப் பறிக்கும் வைர நகைகள் இருந்தது.

அதைப்பார்த்து பெரும் ஆச்சரியம் கொண்டாள் கோசலா, 'இவ்வளவு நகைகளா?. இதை ஏன் பேங்க் லாக்கரில் வைக்காம இங்க வச்சிருக்கா?.' என்று நினைத்தவள், பின் தன் தோள்களை குலுக்கிக்கொண்டு, 'இதெல்லாம் நமக்கு எதுக்கு நாம வந்த வேலையை பார்ப்போம்.' என்று நினைத்துக்கொண்டே அந்த அறையை முழுவதுமாக சோதனையிட ஆரம்பித்தாள்.

அப்போது கோசலா கையில் வைத்திருந்த அலைபேசி அடித்தது. கவிதன் தான் அழைத்திருந்தான். அதை எடுத்து இவள் காதில் வைத்ததும், "கோசலா இன்னைக்கு நான் வீட்டுக்கு வர இரவு ஆகலாம். இங்க அக்கா மருத்துவமனையில் ஒரு பிரச்சனை." என்றவன். இங்கு இவள் பதில் சொல்லும் முன்பே அலைபேசி இணைப்பை துண்டித்திருந்தான்.

அதில் எரிச்சல் அடைந்தவள், "இவரு வேற நேரம் கேட்ட நேரத்தில்." என்று கவிதனை திட்டித் தீர்த்தாள். அப்போது வெளியே மகிழுந்து சத்தத்தைக்கேட்டு ஜன்னல் வெளியே மெதுவாக எட்டிப்பார்த்தாள்.

அங்கே பார்பியின் மகிழுந்தில் இருந்து நிலாவும், பார்பியும் இறங்குவதைக் கண்டு, கோசலாவின் கைகள் நடுங்க ஆரம்பித்தது.

9

நிலாவையும் பார்பியையும் ஒன்றாக பார்த்ததில் பயம் கொண்டாள் கோசலா. ஸ்டாத்மின் என்ற மரபணுதான் பயம் உருவாக காரணியாக இருப்பது. அது கோசலாவின் உடம்பில் அதிகமாக வேலை செய்ய ஆரம்பித்ததும், அதை தடுப்பதற்காகவே, அவளின் பெருமூளை தன் பாதுக்காப்பைப் பற்றி சிந்திக்க ஆரம்பித்தது.

அதில் சுயம் வரப்பெற்றவள் வேகவேகமாக அனைத்து அலமாரிகளையும் மின்னல் வேகத்தில் மூடிவிட்டு, பார்பியின் அறைக்கதவை அடைத்தாள். அப்போது நிலாவும், பார்பியும் பேசும் சத்தத்தைக் கேட்டவள் நெஞ்சு துடிக்க ஆரம்பித்தது. சிறிதும் தாமதிக்காமல் அதே பூந்தொட்டிக்குள் சாவியை வைத்துவிட்டு வேகமாக தூணிற்க்குப் பின் மறைந்து கொண்டாள்.

பார்பியின் அறைவாசலில் வந்து நின்றனர் இருவரும். “நீ என்ன செய்வன்னு எனக்குத் தெரியாது. இன்னும் ரெண்டு வாரத்தில் அவங்க ரெண்டு பேரும் பிரியணும். அதுக்கு என்ன வேணாலும் செய். எவ்வளவு செலவானாலும் பரவாயில்லை. ஆனா என்ன ஆனாலும் கவிதனும், கோசலாவும் கண்டிப்பா பிரியணும்.” என்று ஆவேசமாக கட்டளையிட்டுக் கொண்டு இருந்தாள் நிலா.

அதற்கு எதுவும் மறுமொழி கூறாமல் தன் மண்டையை மட்டும் ஆட்டிக்கொண்டாள் பார்பி.

இதைக்கேட்டு தன் நெஞ்சில் கைவைத்துக்கொண்ட கோசலா, சொல்ல முடியாத வேதனை அடைந்தாள். ‘இவங்க எதுக்கு என்னையும் கவிதனையும் பிரிக்கணும்னு நினைக்குறாங்க. ஒரு வேளை நான் மருத்துவர் இல்லாதது தான் பிரச்சனையா?.’ என்று மறுபடியும் பழைய கோச-

லாவாக சிந்திக்க ஆரம்பித்தாள்.

அவள் பழைய கோசலாவாக இருப்பது தான் அவள் எதிரிகளுக்கும் வேண்டும். ஏனென்றால் பழைய கோசலா மிகவும் வெகுளி. வாய் தான் அதிகம் இருக்குமே தவிர செயலில் எதுவும் இருக்காது. சிந்திக்கும் திறனும் கம்மியே.

பார்பியிடம் பேசிவிட்டு அங்கிருந்து நகன்றாள் நிலா. பின் பார்பியும் தன் அறைக்குள் சென்று கதவடைத்தாள்.

இருவரும் அங்கு இல்லாததை உறுதி செய்துகொண்ட கோசலா, கண்களில் தோன்றிய கண்ணீருடன் தன் அறை நோக்கிச் சென்றாள். சாதரணமாக புகுந்த வீட்டினர் மீது இல்லத்தரசிக்கு வரும் அதே பயம் கோசலாவிற்கும் வந்தது.

'நான் அவங்க தம்பிக்கு பொருத்தம் இல்லையா?.' என்று தேவையில்லாமல் சிந்தித்து குழம்பினாள். அதிக சிந்தனை ஆபத்தை தரும் என்பது போல அவள் தலை மிகவும் பாரமாக இருந்தது.

"சித்து கூட பேசினா கொஞ்சம் நல்ல இருக்கும்." என்று வாய்விட்டு சொன்னவள் வேகமாக வாட்ஸ்அப் காலில் தன் தங்கையை அழைத்தாள்.

அவள் அந்தப்பக்கம் இவள் அழைப்பை ஏற்றதும், முதலில் அவளிடம் நலம் விசாரிக்க ஆரம்பித்தாள்.

பின் அவள் தங்கை சித்துவே ஆரம்பித்தாள், "ஏன் அக்கா உன் குரல் மிகவும் சோர்வாக இருக்கு. உனக்கு எதுவும் பிரச்சனையா?" என்றாள் அக்கறையாக.

பார்பியும், நிலாவும் பேசியதையும், அதனால் தான் மிகவும் மனசோர்வு அடைந்ததையும் சொன்னாள் கோசலா.

"இதுக்கெல்லாம் ஏன் நீ பயப்படுற. கவிதன் உன்னை அவ்வளவு சீக்கிரம் யார்கிட்டையும் விட்டுக்கொடுக்க மாட்டாரு." என்று அவள் கூற.

"அது எனக்கும் தெரியும் சித்து. ஆனா இவரு அக்கா, நான் இவருக்கு பொருத்தம் இல்லையோன்னு நினைக்க வைக்குறாங்க." விட்டால் அழுதுவிடும் குரலில் பேசினாள்.

"அக்கா நீ முதல்ல உன்னோட தாழ்வுமனப்பான்மையில் இருந்து வெளியவா. எப்போதும் அதைப்பற்றியே யோசிக்காத. ஆமாம் உன்-

னோட அண்ணி உன்கிட்ட எப்படி நடந்துப்பாங்க?.'' என்று வினாவி-னாள்

அதை அவள் கேட்டதும், கவிதன் பேசிய பேச்சுக்கள் அவள் கண் முன் நிழலாக ஓடியது. ஆனால் அதை கவனமாக தன் தங்கையிடம் இருந்து மறைத்தவள், “அவங்க என்னிடம் சரியா பேசியதில்லை சித்து.'' என்று மட்டும் சொன்னாள். அவளுக்குத் தெரியும் ஏற்கனவே தன் தங்கைக்கு ஆயிரத்தெட்டு பிரச்சனை உள்ளது. இதில் தாமும் தன் பிரச்சனையைக் கூறி அவளை கவலைப்பட வைக்கவேண்டாம் என்று எண்ணினாள் கோசலா.

கோசலாவின் தங்கையும், அவள் கணவனும் சேர்ந்து மருந்தியல் நிறுவனம் நடத்துகின்றனர். அதனால் அவர்களுக்கு ஏகப்பட்ட பிரச்சனை. இதில் சித்துவின் கணவன் சுடர் உயிருக்கு ஆபத்து இருப்பதாக, ஒரு தடவை கோசலாவிடம் சொல்லி மிகவும் வருந்தினாள். அதனாலே அவளிடம் அனைத்தையும் கோசலா கூறவில்லை.

“அக்கா இதெல்லாம் ஒரு பிரச்சனையே இல்லை. அவங்க உன்னை வெறுக்க, இது தான் காரணம் என்று உனக்கு நிச்சயமாக தெரியுமா?'' என்று சித்து கேட்டதும் தான், கோசலாவின் தலையில் மின்சாரம் எரிய ஆரம்பித்தது.

'நிலா ஏதோ பெரிய தவறு செய்கிறாள். அது தனக்கு தெரியக்கூடாது என்பதற்காகவே தன்னையும் கவிதனையும் பிரிக்க நினைக்கிறாள்.' என்று ஆணித்தரமாக எண்ணினாள் கோசலா. பின் தன் தங்கையிடம் பேசிவிட்டு வைத்தவள், இப்போது ஆசுவாசமாக உணர்ந்தாள்.

'நிலா அண்ணி இனி உங்க முகத்திரையை கிழிப்பது தான் என் வேலை.' என்று உறுதிகொண்டாள்.

பகல் முழுவதும் துருவனுடன் தன் பொழுதை பொக்கியவள், இரவானதும் துருவனை தூங்க வைத்துவிட்டு, பின் மெதுவாக இவளும் கண்ணயர்ந்தாள்.

அப்பொழுது தான் கதவைத் திறந்து கொண்டு உள்ளே நுழைந்தான் கவிதன். அவன் உள்ளே வரும் அரவம் கேட்டு மெதுவாக தன் கண் இமைகளைத் திறந்து பார்த்தவள், அவனைப் பார்த்து புன்னகை புரிந்தாள்.

பகல் முழுவதும் அதிக வேலை பார்த்துவிட்டு அசதியோடு வீடு திரும்பியவனுக்கு கோசலாவின் புன்னகை உற்சாகத்தைக் கொடுத்தது. மெதுவாக நடந்து வந்து அவள் பிறை போன்ற நெற்றியில் தன் முத்தத்தைப் பதித்தவன், “இங்க வந்ததில் இருந்தே நமக்குள்ள சண்டை மட்டும் தான் நடக்குது இல்ல.” என்று இவன் கேட்க.

படுக்கையில் இருந்து எழுந்து அமர்ந்தவள், “ம்... இங்க வந்ததில் இருந்து, நீங்க என்னை விட்டு தூரமாக போய் விட்டதைப்போல் நான் உணர்கிறேன்.” என்றாள் சோகமாக.

“ஹேய்! இதோ உன் பக்கத்தில் இவ்வளவு நெருக்கத்தில் இருக்கேன், நீ ஏன் இப்படி சொல்ற?.” என்றான் புன்னகை முகமாக.

“ஆனா நீங்க மனதளவில் என் பக்கத்தில் இல்லை கவி.” என்று இவள் கூற.

“நீயாக அப்படி நினைத்தால் அதற்கு நான் பொறுப்பாக முடியாது கோசலா.” என்றான் வேறு பக்கம் பார்த்தபடி.

அவன் முகத்தை தன் நோக்கி திருப்பியவள், “நமக்குள்ள வாக்குவாதம் வந்ததே இல்லை கவி. முதல் முதலாக நமக்குள்ள சண்டை வந்ததுக்கு உங்க அக்கா தான் காரணம். அதுவும் எப்படி நான் துருவனை அவங்களிடம் கொடுப்பேன் என்று அவங்க எதிர்பார்க்கலாம்.” என்று தற்சமயமாக முடிந்திருந்த பிரச்னையை மறுபடியும் ஆரம்பித்து வைத்த சாதனை கோசலாவையே சேரும்.

முகத்தில் எந்த ஒரு பாவனையையும் காட்டாத கவிதன், “நீ என்ன சொன்னாலும், நான் துருவனை அக்காவிடம் தத்து கொடுக்கப்போவது உறுதி தான் கோசலா.” என்றான்.

கோசலாவின் கோபம் எல்லையைக் கடந்தாலும், இது தான் கோபம் கொள்வதற்கு உண்டான நேரம் இல்லை. இது விவேகமாக செயல்பட வேண்டிய நேரம் என்று அவள் மனது அவளுக்கு அறிவுரை கூறியது.

“சரிங்க இப்ப நாம் அதைப்பத்தி பேச வேண்டாம். நீங்க குளிச்சிட்டு வாங்க.” என்றாள்.

ஆனால் கவிதன் அதை அவ்வளவு சீக்கிரம் விடுவதாக இல்லை. துருவனை எப்படியாவது தன் அக்காவிடம் ஒப்படைக்க வேண்டும் என்ற உத்வேகத்தில் இருந்தான்.

“கோசலா, நமக்கு இன்னொரு குழந்தை கண்டிப்பாக பிறக்கும். ஆனா அக்கா, அவங்க ரொம்ப பாவம். என்னால தான் அவங்க பையன் இறந்தான்....” என்று அதே பழைய பல்லவியை பாட ஆரம்பித்தான்.

“நீயும் நானும் கணவன் மனைவி. என்னோட சுக துக்கத்தில் உனக்கு பங்கு இருப்பதைப் போல, என்னோட தவறுகளிலும் உனக்கு பங்கு இருக்கு. அதனால் நாம் இருவரும் ஒரு மனதாக சேர்ந்து துருவனை எங்க அக்காவிடம் தத்து கொடுக்கவேண்டும்.” என்றான்.

இவன் செய்த தவறில், கோசலாவையும் சேர்த்துக் கொண்டு பேசினான். அடித்து, துன்புறுத்தி சித்திரவாதை செய்வது, கொடிய வார்த்தைகளால் வதைப்பது மட்டும் கொடுமை அல்ல. மனத்தால் அவளை வருத்தப்பட வைப்பதும் ஒரு வித வன்முறை தான். அதாவது மேலே கூறிய எதுவும் இல்லாமல் அவர்களை ஏதோ ஒரு காரணத்திற்காக வருத்தப்பட வைப்பது.

இந்தியாவில் உள்ள பல பெண்கள் இந்த நிலையில் தான் உள்ளனர். ஆனால் பிரச்சனை எதுவும் அவ்வளவு பெருசாக இருக்காது. தோசை அழகாக வட்டமாக இல்லை என்பதில் ஆரம்பிக்கும் ஆண்களில் குறை கூறும் வார்த்தைகள் அந்த நாள் முழுவதும் நீண்டு கொண்டே செல்லும்.

அவன் பேசிய பேச்சுக்கு பொறுமையாகவே பதில் அளித்த கோசலா, “ஐயோ சாமி, நீங்க முதல்ல உள்ள போய் குளிச்சிட்டு வாங்க. மருத்துவமனையில் இருந்து வந்ததும் என்னிடம் சண்டை போட வந்துட்டாரு.” என்று கூறிக்கொண்டே துண்டை அவன் கையில் திணித்தாள்.

அதை வாங்கிக்கொண்டவன், குளியல் அறைக்குள் சென்றான். இங்கே கட்டிலில் அமர்ந்த கோசலா, “இவரை என்ன தான் செய்யுறது?. இவரு அக்கா செய்யுறதை சொன்னா கண்டிப்பா நம்பமாட்டாரு. அவங்களை ஆதாரத்தோடு தான் பிடிக்கணும்.’ என்று தனக்குள் பேசிக்கொண்டாள்.

கவிதன் வெளியே வந்ததும். இவள் அமர்ந்திருப்பதை பார்த்துவிட்டு, “நீ இன்னும் தூங்கலையா?. நட்டநடு ராத்திரியில் பேய் மாதிரி உட்காந்திருக்க?.” என்றான்.

“உங்க அக்கா ஏன் இன்னைக்கு துருவனை வாங்க வரல?.” என்று அதிமுக்கியமான தன் சந்தேகத்தைக் கேட்டாள்.

“உனக்கு என்ன தான் பிரச்சனை. அவங்க கூட்டிட்டு போனாலும் பிரச்சனை. போகலைனாலும் பிரச்சனை.” என்று தன் இடுப்பில் கையை வைத்துக்கொண்டு கேட்டான்.

இதைக்கேட்டால் மறுபடியும் ஒரு சண்டை ஆரம்பிக்கும் என்று தெரிந்து கொண்டே தான் இந்த வார்த்தைகளை அவனிடம் கேட்டாள்.

ஆனால் அவள் நினைத்ததற்கு மாறாக, அப்போது அவள் முகம் போன போக்கை பார்த்து சிரித்துவிட்டான் கவிதன். “அப்பாட சிரிச்சிடீங்க. உங்க முகம் இப்ப தான் நல்லா இருக்கு.” என்று அவனை பாராட்டினாள்.

“நான் பழையபடி உன்னோட கவிதனா மாறுறது உன் கையில் தான் இருக்கு கோசலா. துருவனை அக்காவிடம் கொடுப்பது எனக்கும் கஷ்டம் தான். ஆனா...” என்று மேலும் அவனை பேச விடாமல், அவன் வாயில் தன் விரலை வைத்தவள், “இதைப்பத்தி இனி பேசாதீங்கன்னு உங்களுக்கு அப்பவே சொல்லிட்டேன். பிறகு வருகிறதை பிறகு பார்க்கலாம்.” என்றாள்.

அவள் வாய் தான் அவனிடம் பேசிக்கொண்டிருந்ததே தவிர, அவள் மூளை மற்றொரு விஷயத்தை தீவிரமாக யோசித்துக்கொண்டிருந்தது. நம் உடலில் மர்மமான உறுப்பு மூளை தான். அதைப்பற்றி இன்னும் யாரும் முழுவதுமாக படிக்கவில்லை. அது 25 வாட்ஸ் அளவுக்கு மின்சாரத்தை உற்பத்தி செய்யும் திறன் கொண்டது. அதாவது ஒரு மின்விளக்கை ஏரிய வைக்கும் அளவு மின்சாரத்தை தன் மூளையே தர முடியும்.

இன்னும் ஏதேதோ பேசியவனிடம், “ஏங்க இந்த அலமாரியில் ஏதாவது ரகசிய கதவு இருக்கா?.” என்று கேட்டாள்.

அதற்கு அவளை முறைத்தவன், “நான் என்ன கேட்குறேன், நீ என்ன பேசுற?.” என்றான் பொய் கோபத்துடன்.

“இல்ல. இதை உங்கக்கிட்ட கேட்கணும் நினைச்சுக்கிட்டே இருந்தேன். இப்ப தான் நியாபகம் வருது. என்னோட நகைகளை வைக்கணுமே அதான் கேட்டேன்.” என்றாள்.

“உனக்கு என்னாச்சி உன்னோட நகைகள் எல்லாம் இந்தியாவில் உள்ள பேங்க்கில் தானே இருக்கு. நீ எந்த நகைகளை சொல்ற?.” என்று புரியாமல் வினாவினான்.

“அது... அதான்... என்னோட பிளாட்டினம் செயின் இருக்கே.” என்று தன் கழுத்தில் இருந்த செயினை தூக்கி அவனிடம் காட்டியவள், “இது என் கழுத்தில் உறுத்துகிறது. அதான் இதை கழட்டி பத்திரமா ஒரு இடத்தில் வைக்கணும்.” என்று சொல்லிக்கொண்டே அவள் கழுத்தில் இருந்த சங்கிலியை கழட்டினாள்.

அவனும் அலமாரியை பார்த்தவன், “எனக்கும் தெரியல கோசலா. வேலை பார்க்குற பெண்கள் வேற அறையை சுத்தம் பண்ண வராங்க. அதனால் நீ இந்த அலமாரியில் வைக்குறது பாதுகாப்பு இல்ல.” என்றான்.

“உங்க அக்கா அலமாரியில் தானே வச்சிருப்பாங்க. நீங்க அவங்கக்கிட்ட கேட்டுட்டு வாங்க.” என்றாள்.

“அக்காக்கு இன்னைக்கு நைட் டூட்டி. நான் நாளைக்கு கேட்குறேன்.” என்றவன் என்ன யோசித்தானோ, “பேசாம இந்த அலமாரியை அலைபேசியில் படம் எடுத்து, கூகிள் லென்ஸ்சில் போட்டு பார்ப்போம்.” என்று சொல்லிக்கொண்டே அதைச் செய்தான்.

அந்த அலமாரி பார்பி அறையில் இருந்த அதே அலமாரி. அதில் வேறு ஏதாவது ரகசிய கதவு இருக்கிறதா என்று கண்டுபிடிக்கவே, கவிதனிடம் இவ்வாறு கேள்விகளை கேட்டுக்கொண்டிருந்தாள் கோசலா.

கூகுள் லென்ஸ்சில் அலமாரியின் புகைப்படத்தை போட்டதும். அந்த அலமாரியைப் பற்றிய தகவல்கள் அக்குவேர் ஆணிவேராக வந்தது. அந்த அலமாரி இங்கிலாந்தை சேர்ந்த பிரபல நிறுவனம் தயாரித்தது. அதனால் அதன் ரகசிய கதவுகளைப் பற்றிய தகவலும் வந்தது.

அதை கோசலாவிடம் காட்டியதும், அவளது முகம் எல்லை இல்லாத ஆனந்தத்தைக் காட்டியது.

“இதுக்கு எதுக்கு உன் முகம் பல்ப்பு போட்ட மாதிரி இவ்வளவு பிரகாசமா இருக்கு?.” என்றான் கேலியாக.

தன் முகத்தை வேகமாக மாற்றியவள், “அதெல்லாம் ஒன்னும் இல்லை. எனக்கு தூக்கம் வருது நான் தூங்கப்போறேன்.” என்று சொல்லிவிட்டு, வேகமாக கட்டிலில் சென்று படுத்துவிட்டாள்.

அவளின் செய்கை கவிதனுக்கு வித்தியாசமாகப்பட்டது. அவனும் புரியாமல் விளக்கை அணைத்துக்கொண்டு தூங்க ஆரம்பித்தான்.

இங்கு படுத்திருந்த கோசலாவின் முகத்தில் எதையோ சாதிக்கும் ஆர்வம் தென்பட்டது. மறுநாள் காலை எப்பொழுது தான் விடியும் என்று ஆர்வமாக இருந்தாள்.

மறுநாள் விடிந்ததும் வேக வேகமாக அனைத்தையும் செய்தவள், துருவனையும் கவிதனோடு பள்ளிக்கு அனுப்பி வைத்துவிட்டு, பார்பி வீட்டில் இருந்து வெளியே செல்ல காத்துக்கொண்டிருந்தாள். நிலாவும் அவள் கணவனும் நேற்றில் இருந்தே வீட்டிற்கு வரவில்லை. அதனால் பார்பி வெளியே சென்றதும் தன் தேடுதலுக்கு எந்த ஒரு இடையூறும் வராது என்று நினைத்தாள்.

அவளை மிகவும் காக்க வைக்காமல், பார்பி தன் மகளுடன் வீட்டை விட்டு வெளியேறினாள். அதை பார்த்து தன் மனதினுள் குத்தாட்டம் போட்டவள், வேகமாக பார்பியின் அறைக் கதவைத் திறந்தாள்.

மெத்தைக்கு அடியில் இருந்து அலமாரியின் சாவியை எடுத்தவள், அவசர அவசரமாக பார்பியின் அலமாரியைத் திறந்தாள். அலமாரியின் டிராயரை திறந்து உள்ளே அதன் பக்கவாட்டு பக்கம் கையை வைத்து தள்ளினாள். உடனே ட்ராயரின் உள்ளே இருந்த இன்னொரு சின்ன கதவு திறந்து கொண்டது. அதன் உள்ளே கையை விட்டு துழாவியவளுக்கு சில கோப்புகள் கையில் தென்பட்டது.

'இதை ஏன் இவ்வளவு ரகசியமா வச்சிருக்கா?.' என்று நினைத்தபடி அதை வேகமாக திறந்து பார்த்தாள். அதில் பல இளம் பெண்களின் பெயர்கள் இருந்தது. அதனோடு அவர்கள் வயதும் இருந்தது. அனைத்தும் 16 முதல் 20 வயது வரை இருக்கும் டீன் ஏஜ் பெண்கள்.

அதில் நூறுக்கும் மேற்பட்ட பெயர்கள் இருந்தது. அதில் சில பெயர்கள் அடிக்கப்பட்டு இருந்தன. சில பெண்களின் பெயர்கள், சிவப்பு நிற மார்க்கர் வைத்து வட்டமிடப்பட்டிருந்தது

'என்னது இது. இவங்க மருத்துவர்களா இல்லை பெண்களை கடத்துற தொழில் பார்க்குறாங்களா?. இதை வச்சி நான் என்ன செய்ய?. இதை மிகவும் பாதுகாப்பா வைத்திருப்பதைப் பார்த்தா இது சாதாரண கோப்பு இல்லைன்னு நல்லாவே தெரியுது. ஆனா, கவிதனிடம் இதை ஒரு ஆதாரமா காட்ட முடியாதே!' என்று யோசித்தாள்.

இன்னும் வேறு ஏதேனும் உள்ளதா என்பதை ஆராய ஆரம்பித்தாள். வேறு எதுவும் இல்லாமல் போகவே, 'பேசாம நிலா அண்ணி அறையில் சென்று சோதனை செய்யலாம்.' என்று நினைத்துவிட்டு, நிலாவின் அறையை நோக்கிச் சென்றாள்.

பார்பியைப் போலவே அவளும் வெளியே தான் சாவியை வைத்துவிட்டு சென்றிருப்பாள் என்ற எண்ணத்துடன் தான் அவளின் அறையை நோக்கிச் சென்றாள். ஆனால் அவளின் கெட்ட நேரத்திற்கு சாவி எங்கும் கோசலாவின் கண்களுக்குப் படவில்லை.

அதில் எரிச்சல் அடைந்தவள், 'ஜன்னல் வழியே உள்ள போகமுடியுதான்னு பார்ப்போம்.' என்று நினைத்தாள்.

நிலாவின் அறை கீழ் தளத்தில் இருப்பதால், அவள் அறை ஜன்னல் இருக்கும் தோட்டத்தின் பக்கம் சென்றாள். அவள் நல்ல நேரத்திற்கு ஜன்னல் கதவு திறந்திருந்தது.

சுவரின் மேலே அழகுக்காக வைக்கப்பட்டிருந்த திண்டின் மீது ஏறி, ஜன்னல் மூலம் நிலாவின் அறைக்குள் புகுந்தாள் கோசலா.

ஆனால் அவள் நினைத்ததற்கு மாறாக நிலாவின் அறையில் உள்ள அலமாரியின் சாவி அதில் தொங்கிக்கொண்டு தான் இருந்தது.

கோசலா வேகமாக சென்று அதை திறந்ததும் தான் தாமதம், அதிலிருந்து ஒரு பெண்ணின் பிணம் கோசலாவின் மேலே வந்து விழுந்தது.

10

திடீரென்று ஒரு பிணம் கோசலாவின் மேல் விழுந்ததும், அவளின் மூளையில் இருக்கக்கூடிய உணர்வு செயலிகள் அவளின் பயத்தை தூண்ட ஆரம்பித்தன.

பொதுவாக உணர்ச்சிகளை நம் மூளையில் ஏற்படுத்தக்கூடிய, அமிக்டலா, ஹைபொதாலம், தாலமஸ், சென்சரி கோர்டெக்ஸ், ஹிப்போ கேம்பஸ் ஆகிய 5 பகுதிகள்தான் நமக்கு பயம் வர முக்கிய காரணமாக இருப்பது.

இந்த ஐந்தும் சேர்ந்து கோசலாவின் உடம்பில் உள்ள அட்ரினலின் உற்பத்தியை அதிகரிக்க ஆரம்பித்தது. அட்ரினலின் அதிகரிப்பால், அது கோசலாவின் உடலில் உள்ள ரத்த வேகத்தை உயர்த்தி இதய துடிப்பை-யும் அதிகரித்தது.

அதனால் பெருங்குரலெடுத்து அவள் சத்தமாக கத்தினாள். அவள் உடலில் இருந்து அதிகமான வியர்வை வெளிவந்தன. இதெல்லாம் ஒரு நிமிடத்திற்குள் நடந்து முடிந்தது. பின் நடுங்கும் கையுடன் அந்த பெண் பிணத்தை தன் மேல் இருந்து எடுத்து அந்த அலமாரிக்குள்ளே வைத்-தாள்.

வேகமாக மூச்சு விட்டபடி அந்த பிணத்தின் முகத்தைப் பார்த்தாள். அதைப் பார்த்தவள் கருவிழி இரண்டும் விரிந்து கொண்டன.

“இது... இது... முன் தினம் இரவு ஜன்னல் வழியாக வீட்டை விட்டு வெளியே சென்ற பெண் தானே!. இப்ப என்ன செய்வது.” என்று திக்-கித் திணறியபடியே வாய்விட்டு பேசியவள், முகத்தில் இன்னும் பயத்தின் சாயல் தெரிந்தபடியே தான் இருந்தது.

தன் மனதிற்குள் ஆயிரம் முறை தனக்கே தைரியம் சொல்லிக்-கொண்டவள், தன் கையில் உள்ள அலைபேசியைக் காணாமல் அந்த அறையில் அங்கும் இங்கும் தேடினாள்.

தேடும் போது அடிக்கடி அந்த பெண் பிணத்தின் முகத்தைப் பார்த்-தவள், அது அவளையே பார்ப்பதைப் போல் இருந்ததும், சிறிது பயந்து தான் போனாள்.

அங்கும் இங்கும் தன் அலைபேசியைத் தேடியவள், “ஒரு வேளை என் அறையிலையே வச்சிட்டு வந்துட்டேனா!.” என்று பேசிக்கொண்டே அலமாரியை மூடியவள், வேகமாக வந்த ஜன்னல் வழியே வெளியேறி-னாள்.

தோட்டத்தில் இருந்து வீட்டின் உள்ளே வந்தவள், தன் அறை நோக்கி வேகமாக மாடியேறினாள். அங்கே கட்டிலில் தான் அவளின் அலைபேசி இருந்தது. அதை எடுத்துக்கொண்டு மறுபடியும் தோட்டத்தை நோக்கி ஓடினாள். அப்போது அங்கு மகிழுந்து ஒன்று வரவே அவள் முகம் பதற்றமானது.

அதில் இருந்து நிலா இறங்குவதைப் பார்த்து, அவள் கண்ணில் படாமல் இருக்க, கீழ் இருந்த ஒரு அறைக்குள் சென்று மறைந்தவள், அங்கு இருந்த கதவின் இடுக்கின் வழியே நிலாவை கண்காணிக்க ஆரம்பித்தாள்.

முழு நீள கவுன் அணிந்திருந்த நிலாவின் முகம் அதிக கோபத்தில் இருந்தது. வேகமாக வந்தவள், அவள் அறைக்குள் சென்று கதவை அடைத்திருந்தாள்.

‘ஒரு கொலையை பண்ணிட்டு எப்படி இவ்வளவு தைரியமா நடமா-டுறா?. இவளை சும்மா விடக்கூடாது.’ என்ற எண்ணத்துடன், அந்த இடத்தை காலி செய்தாள் கோசலா.

தன் அறைக்குள் வந்த கோசலா, அடுத்து என்ன செய்வது என்று யோசிக்க ஆரம்பித்தாள், “எதுக்காக அந்தப் பெண்ணை கொலை செய்தா?. இப்ப என்னால எதுவும் செய்ய முடியாது. அவளிடம் நேருக்கு நேர் சென்று கேட்டால் அவ்வளவு தான், என்னையும் கொலை செய்து இன்னொரு அலமாரியில் வைத்துவிடுவாள்.” நிலாவை எவ்வாறு ஆதாரத்துடன் பிடிப்பது என்று திவிரமாக யோசிக்க ஆரம்பித்தாள்.

'அன்னைக்கு நீச்சல் குளத்தில் ஒரு பொண்ணு செத்து கிடந்தாளே! அவளையும் இவள் தான் கொலை செய்து இருப்பாளா?' என்று தனக்குள் யோசித்தவள், "நாம் அமைதியா இருக்க இருக்க, வரிசையா ஒவ்வொருவரா கொலை செய்வா. இனி நாம் எதுக்கும் பயப்படாம துணிவா இருக்கணும்." என்று சொல்லிக்கொண்டே வெளியே சென்றாள்.

அப்போது வரவேற்ப்பறையில் அமர்ந்து தேநீர் அருந்திக்கொண்டிருந்த நிலாவைப் பார்த்து கோசலாவிற்க்கு பகீரென்றது.

அவள் முகத்தில் உள்ள பதினாலு எலும்புகளும் துடிக்க ஆரம்பித்தன. தனக்குள் தைரியத்தை வரவழைத்தவள், நிலாவின் அருகே உள்ள இருக்கையில் அமர்ந்தவாறு, "எப்படி இருக்கீங்க அண்ணி. உங்களை பார்க்கவே முடியல?." என்று கேட்க.

"உன்னை மாதிரி நான் வெட்டியா இல்லையே கோசலா. நேத்து நைட் டியூட்டி முடிஞ்சி இப்ப தான் வருகிறேன்." என்று கோசலாவை மெத்தனப் பார்வை பார்த்தபடியே பேசினாள் நிலா.

இவளிடம் பொறுமையாகத் தான் பேச வேண்டும் என்று நினைத்துக்கொண்ட கோசலா, "இந்தியாவில் இருந்தா, என்னோட பொட்டிக் போயிருப்பேன் அண்ணி. உங்க தம்பிக்காக தான் நான் இங்க வந்து வெட்டியா இருக்கேன். சரி அதை விடுங்க. நீங்க இந்த நாட்டிலையே மிகப்பெரிய மகப்பேறு மருத்துவருன்னு கவி சொன்னாரு. நீங்க ஏன் இந்தியாவில் வைத்தியம் பார்க்காம இங்க வந்து பார்க்குறீங்க?". என்று கேட்டாள்.

தான் அருந்தி கொண்டிருந்த தேநீர் கோப்பையை கீழே வைத்த நிலா, "நான் படிச்சது எல்லாமே இங்க தான் கோசலா. இதை விட்டுப் போக எனக்கு மனசு வரவில்லை." என்றாள்.

"ஆனா அண்ணி, உங்கக்கிட்ட மருத்துவம் பார்க்க இந்தியாவில் இருந்து நிறையா பேர் இங்கு வருகிறதா கவி சொன்னாரு. நீங்க பேசாம இந்தியாவுக்கு போயிட்டா, உங்கள் மூலம் அனைவரும் பயன் அடைவார்கள் இல்லையா?" என்று கோசலா சொல்ல, அவள் பேச்சைக் கேட்டு தன் நெற்றியை சுருக்கினாள் நிலா.

"எனக்கு இந்தியா போற ஆசை ரொம்ப நாளாகவே இருக்குது கோசலா. அங்க போனா ஏழைகளும் பயன் அடைவாங்க. ஆனா நகுலும் இங்க இருந்து வரமாட்டாரு. அவர் குடும்பம் அவரோட தாத்தா

காலத்திலையே இங்க வந்துட்டாங்க. ஏழைகள் மீது எனக்கு அளவு கடந்த பாசம் இருக்கு. அதனால் தான் இந்த ஏழைப்பெண்களின் படிப்பையும் எதிர்காலத்தையும் நானே பார்த்துக்குறேன்.'' என்று உணர்ச்சி ததும்ப பேசியவள் கை மேல் தன் கைகளை வைத்து ஆறுதல் படுத்தினாள் கோசலா.

‘‘அதான் அண்ணி, ஏழைப்பெண்களின் மேல் உங்களுக்கு இருக்குற கரிசனம் வேறு யாருக்கும் இருக்காது. யாரு அண்ணி இந்த காலத்தில், தங்க இடமும், வேலையும், படிப்பும் தராங்க?. அதான் நானும் உங்களுக்கு உதவி செய்யலாம்னு நினைச்சேன்.'' என்று நிலாவை ஒரு மாதிரியாக பார்த்தபடியே கூறினாள் கோசலா.

‘‘நீயே இங்க சும்மா தான் இருக்க நீ எனக்கு உதவி செய்யப்போகிறாயா?'' என்றாள் ஏளனமாக.

கோசலா ஆஸ்திரேலியாவில் காலடி வைக்கும் முன்பே, அவளைப் பற்றி அக்குவேர் ஆணிவேராக தகவல்களை திரட்டிவிட்டாள் நிலா. அதனால் நிலாவின் கண்களுக்கு கோசலா ஒரு கோமாளியைப் போலவே தெரிந்தாள். ஆனால் சீட்டுகட்டு ஆட்டத்தில் கோமாளிக்கும் முக்கியத்துவம் உண்டு என்பதை அப்போது அவள் அறிந்து கொள்ளவில்லை.

‘‘அது இல்லை அண்ணி.'' என்ற கோசலா சுற்றும்முற்றும் பார்த்தாள். அங்கு பெண்கள் வேலை செய்து கொண்டிருப்பதைப் பார்த்து, ‘‘இங்க வேண்டாம் அண்ணி. வாங்க உள்ள போய் பேசலாம்.'' என்று அவளின் கையைப்பிடித்துக்கொண்டு எழுந்தாள்.

கோசலாவின் கையை சட்டென்று உதறிய நிலா, ‘‘எனக்கு இதெல்லாம் பிடிக்காது கோசலா. இனி என் கையை தொடாத.'' என்று சொல்லிக்கொண்டே எழுந்தாள்.

நிலாவிற்கு தெரியாமல் தன் உதட்டை சுழித்த கோசலா, ‘நீ எவ்வளவு தூரம் ஆடுறன்னு நானும் பார்க்குறேன்.' என்று நினைத்துக்கொண்டவள். வெளியே சிரித்தபடி, ‘‘உங்க அறைக்குள்ளே போய் பேசலாம் அண்ணி.'' என்று சொல்லி, நிலாவை முந்திக்கொண்டு, நிலாவின் அறைக்குள் சென்றாள்.

கோசலாவின் பேச்சும் நடவடிக்கையும் நிலாவிற்கு வித்தியாசமாகப் பட்டாலும், அதை அவள் பெருசாக எடுத்துக்கொள்ளவில்லை.

நிலாவின் அறைக்குள் சென்று அலமாரி பக்கத்தில் இருந்த இருக்கையில் அமர்ந்த கோசலா, "நீங்களும் வாங்க அண்ணி. வந்து இப்படி உட்காருங்க." என்று சொல்லிக்கொண்டே பக்கத்து இருக்கையில் அமரும்படி கைகாட்டினாள்.

அவளை பார்த்துக்கொண்டே கால் மேல் கால் போட்டு ஒய்யாரமாக அமர்ந்த நிலா, "சொல்லு என்ன ரகசியம் பேசணும்?." என்றாள்.

அடிக்கடி அலமாரியை நோக்கி செல்லும் தன் கண்களை கட்டுப்படுத்திய கோசலா, "அது... பார்பி செய்யுற வேலையை இனி அவங்களுடன் சேர்ந்து நானும் செய்யலாம்ன்னு நினைக்குறேன் அண்ணி." என்று சிறிது தயக்கத்துடன் தான் சொன்னாள்.

அதற்கு நக்கலாக சிரித்த நிலா, "அவளே வேலை வெட்டி இல்லாம சும்மா தான் இருக்கா. அவளுக்கு நீ அசிஸ்ட் பண்ணப்போறியா?." என்று கோசலாவை மிகவும் மட்டம் தட்ட ஆரம்பித்தாள். ஒரு சம்பிரதாயத்திற்குக் கூட அவளிடம் நல்ல முறையில் உரையாட விரும்பவில்லை நிலா.

நிலாவின் பேச்சு எரிச்சலைக் கிளப்பினாலும் பல்லை கடித்துக்கொண்டு வெளியே சிரித்த படியே தான் அமர்ந்திருந்தாள் கோசலா. அவளின் முகபாவத்தில், 'நான் மட்டம் தட்டுவது கூட இந்த தத்திக்கு தெரியவில்லை. இவள் ஒரு பைத்தியம்.' என்றே நினைக்க ஆரம்பித்தாள் நிலா.

"அதில்லை அண்ணி. இங்கு வேலை பார்க்குற பெண்களின் கணக்கு வழக்கை பார்பி தானே பார்க்குறாங்க. அதான் அவங்களோடு சேர்ந்து நானும் பார்க்கலாம்னு நினைக்குறேன். துருவ் வேற பள்ளிக்கூடத்திற்கு சென்றுவிடுகிறான். நான் சும்மா தானே வீட்டில் இருக்கின்றேன்." என்று அனைத்து பற்களும் வெளியே தெரியும் படி, சிரித்துக்கொண்டே பேசினாள்.

அவள் பேச்சில் முகத்தை சுருக்கிய நிலா, "அது ஒன்னும் அவ்வளவு பெரிய வேலை இல்லை கோசலா. அதை பார்பியே பார்க்கட்டும். உனக்கு எதுக்கு வீண் சிரமம்." என்றாள், அவள் முகத்தை தீவிரமாக ஆராய்ந்தபடியே.

"இல்லை அண்ணி. பார்பி அந்த பொண்ணுங்களை ஒழுங்காவே பார்த்துக்க மாட்டேன்குறாங்க. அந்த பொண்ணுங்களும் வேலை பார்க்-

காம அரட்டை அடிச்சுக்கிட்டு இருக்காங்க. அதான்.'' என்று கோசலா சொன்னதும் தான் தாமதம்.

தன் இருக்கையில் இருந்து விருட்டென்று எழுந்த நிலா, ''அந்த பொண்ணுங்க அரட்டை அடிச்சத நீ எப்ப பார்த்த?. இந்த பார்பி என்ன தான் செய்யுறா?.'' என்று அதிக பதட்டத்துடன் பேசினாள்.

அவள் பதற்றத்தை தன் மனதில் குறித்துக்கொண்ட கோசலா, 'ஓ... அந்த பொண்ணுங்களை பத்தி பேசுனா, நீ பதற்றம் ஆயிருவியா!. இருடி உனக்கு இருக்கு.' என்று நினைத்தவள், வெளியே நிர்மலான முகத்துடன், ''அதான் அண்ணி சொல்றேன். பார்பி வேலையை நானும் பார்க்குறேன். இந்த பார்பி எப்ப பார்த்தாலும் ஷாப்பிங் போறேன்னு வெளிய போய்டுறாங்க. வீட்டில் எப்போதும் ஒருத்தங்க அவங்களை கட்டுப்படுத்த வேணும்ல.'' என்றாள்.

''அவங்க எங்க நின்னு பேசுனாங்கன்னு முதல்ல சொல்லு. அந்த பொண்ணுங்க கிட்ட நீ ஏதாவது பேசுனாயா?'' என்று அந்த கேள்வியிலையே நின்றாள் நிலா.

''ஆமாம் அண்ணி பேசுனேன். நேத்து மூணு பொண்ணுங்க இருந்தாங்க. அதுல ஒரு பொண்ணு மட்டும் உடம்பு முடியலைன்னு வேலை செய்யாம இருந்தா.'' என்றாள் கோசலா.

முகத்தை மிகவும் கடினமாக மாற்றிய நிலா, ''இனி இந்த தவறு வராம நானே பார்த்துக்குறேன். நீ சொன்னதுக்கு ரொம்ப நன்றி கோசலா.'' என்று சொல்லிக்கொண்டே, முன்பு பெண் பிணம் இருந்த அதே அலமாரியைத் திறந்து, அதன் உள்ளே இருந்து துண்டை எடுத்தாள் நிலா.

ஆனால் அதில் இப்போது அந்த பிணம் இல்லை. அதைப்பார்த்து குழம்ப ஆரம்பித்தாள் கோசலா.

11

உள்ளே பிணம் இல்லாததைக் கண்டு குழம்ப ஆரம்பித்தாள் கோசலா, 'இங்க தானே இருந்தது.' என்று நினைத்துக்கொண்டே சுற்றும் முற்றும் பார்த்தாள்.

அப்போது குளிக்க செல்ல தன் உடைமைகளை எடுத்துக்கொண்டிருந்த நிலா, இவள் அங்கையே நிற்பதைப் பார்த்து, "நான் குளிக்கணும் கோசலா. இங்க இருந்து கிளம்பு." என்றாள் கட்டளையாக.

அவளைப் பார்த்து இளித்தவள், "இதோ அண்ணி. இந்த அறை வித்தியாசமா அழகா இருக்குதா அதான் பார்த்துக்கிட்டு இருக்கேன். இதோ போய்டுறேன்." என்று சொல்லிவிட்டு அறையை மேலும் கீழும் பார்த்தபடியே வெளியே சென்றாள்.

வெளியே வந்த கோசலா, 'இப்ப தானே அந்த அலமாரியில் ஒரு பெண்ணின் பிணம் இருந்தது. அதுக்குள்ள எங்க போச்சு.' என்று நினைத்துக்கொண்டே வெளியே வந்தவள் பார்பியின் மேலே சென்று மோதினாள்.

அவளை மேல் இருந்து கீழாக பார்த்த பார்பி, "அண்ணி அறையில் இருந்து வெளிய வாரீங்க. உள்ள என்ன செய்தீங்க?." என்றாள் கேள்வியாக.

"அதெல்லாம் உங்களுக்கு தேவை இல்லாதது பார்பி." என்றாள் அலட்சியமாக.

"இல்லை எனக்கு அவசியமானது தான்." என்று சொல்லிக்கொண்டே கோசலாவின் பின்னே வந்தவள். திடீரென்று அவள் கையை பிடித்துக்கொண்டு ஒரு அறைக்குள் சென்று அடைத்தாள்.

அவள் இருட்டு அறைக்குள் அடைத்ததும் முதலில் அதிர்ந்தவள், பின் தன் மூச்சை சீராக்கி பெருங்குரலெடுத்து கத்த அராம்பித்தாள், "ஹேய்... பார்பி.... ஒழுங்கா கதவைத் திற." என்று இவள் கூற.

அந்த இருட்டு அறையில் வெளிச்சத்தை பரவவிட்ட பார்பி, மெது-வாக கோசலாவின் முன்னே வந்தாள். கோசலாவிற்கு திடீரென்று அதிர்ச்சி ஏற்பட்டாலும், அவளின் மூளையின் செயல்திறன் மெதுவாக அதிகரிக்க ஆரம்பித்தது.

அவள் முன் நின்றிருந்த பார்பியை கோபத்தோடு முறைத்தவள், "எதுக்காக இப்படி பண்ற?. அறிவில்லையா உனக்கு." என்று சகட்டு-மேனிக்கு வசவு மழை பொழிந்தாள்.

தன் சுண்டு விரலை காதுக்குள் விட்டு ஆட்டிய பார்பி, "ரொம்ப கத்தாத காது வலிக்குது." என்றாள் மரியாதையை கைவிட்டவளாக.

"இங்க இருக்குற பொண்ணுங்க கூட பேச முயற்சி செய்யாத கோசலா. அது உனக்கே ஆபத்தா முடியும்." என்றாள் ஒரு மாதிரியான குரலில்.

"நான் அப்படி தான் பேசுவேன். இதில் என்ன இருக்கு?. அவங்க-ளுக்கு இங்க நீ தான் இன்சார்ஜ். ஆனா நீ அவங்களை கொஞ்சமும் கண்டுக்காம ஷாப்பிங் போயிடுற. அதான் அவங்களை இனி நானே பார்த்துக்குறேன்னு அண்ணிட்ட சொன்னேன்." என்று கோசலா கூற.

அவள் பேச்சில் அதிர்ந்து நின்ற பார்பி பின் மெதுவாக, "அதுக்கு அண்ணி என்ன சொன்னாங்க?." என்று கேட்க.

"அதெல்லாம் உன்னிடம் சொல்ல முடியாது. நான் இங்க இருந்து போகணும் நீ அங்கிட்டுப் போ." என்று பார்பியின் பக்கவாட்டுப் பக்கம் நகன்று செல்லப் பார்த்தவளின் கையை பிடித்து முறுக்கினாள் பார்பி.

"நீ தேவை இல்லாத விஷயத்தில் உன் மூக்கை நுழைக்குற கோசலா. இது நல்லதுக்கு இல்ல." என்று எச்சரிக்கை விடுத்தாள்.

பார்பி பிடித்திருந்த கையை தன் மற்றொரு கையின் மூலம் விடு-வித்தவள், "அது என்ன ஆபத்துன்னு நானும் பார்க்குறேன்." என்றவள் விஷயத்தை மிகவும் கவனமாக கையாண்டாள். அதாவது இவர்களின் ரகசியம் தனக்கு தெரிந்துவிட்டதாக கோசலா காட்டிக்கொள்ளவில்லை.

"ஓ... என்ன ஆபத்து வந்தாலும் நீயே பார்த்துப்பியா?. சரி. இப்ப நீ உன் பையனை பள்ளிக்கூடத்திலிருந்து அழைத்து செல்ல நேரம் வந்து-

ருச்சு இல்லையா?'' என்றாள் மார்க்கமான குரலில்.

தொடர்ந்து பேசிய பார்பி, "நீ தானே உன் பையனை கூப்பிடப் போகணும்?.'' என்று கேட்டவள், வேகமாக அவள் மட்டும் வெளியேறி அந்த அறைக்குள் கோசலாவை அடைத்து வைத்துவிட்டு சென்றாள்.

மறுபடியும் அவள் கதவை அடைத்துவிட்டு சென்றதும் திகைத்துவிட்டாள் கோசலா. தன் மொத்த பலத்தையும் திரட்டி அந்த கதவில் தன் கைகளால் ஓங்கி குத்தினாள். இவள் ஒருவள் இழுப்புக்கு எப்படி தேர் அசையாதோ, அதே போல் தான் அந்த கதவும் சிறிதும் அசைவின்றி கம்பிரமாக நின்று கொண்டிருந்தது.

தட்டி தட்டி சோர்ந்து போனவள், தன் அடிவயிற்றிலிருந்து பெருங்குரலெடுத்து கத்த ஆரம்பித்தாள். பாவம் அது ஒலி உடுருவாத அறை என்பது அவளுக்கு தெரிந்திருக்கவில்லை.

அதிக நேரம் கத்திக்கொண்டே இருந்தவள், "ஒரு வேளை இது சவுண்ட்ப்ரூப் அறையா இருக்குமோ!'' என்று சொல்லிக்கொண்டே, ஒரு இடத்தில் சென்று அமர்ந்தாள்.

"இவங்க கொலை பண்ண ரகசியம் தெரியாத மாதிரியே தானே நான் இருந்தேன். பிறகு ஏன் இப்படி செய்தா? என்னையும் கொலை செய்ய போறாங்களா!.'' என்று மிகவும் பயப்பட ஆரம்பித்தாள் கோசலா.

'அலைபேசி எப்பவும் என்கூடவே தான் இருக்கும் ஆனா இன்னைக்குன்னு பார்த்து, என் அறைக்குள்ள வச்சிட்டு வந்துட்டேன். நான் ஒரு முட்டாள்.' என்று தன்னையே கடிந்து கொண்டவள், அங்கு இருந்து தப்பிக்க வழியைத் தேட ஆரம்பித்தாள்.

அவள் கெட்ட நேரத்திற்கு அந்த அறையில் ஒரு ஜன்னல் கூட இல்லை. பார்பி வெளியே செல்லும் போது நல்ல வேலையாக விளக்கை அணைக்கவில்லை.

அந்த அறையில் குறுக்கும் நெடுக்குமாக நடந்து கொண்டிருந்தவள், "இப்ப துருவை கூப்பிட வேற போகணுமே!. இப்ப என்ன செய்ய.'' என்று யோசித்துக்கொண்டே இருந்தவளுக்கு கண்ணீர் தாரைதாரையாக வழிய ஆரம்பித்தது.

தனியாக ஒரு அறையில் அகப்பட்டு இருப்பதால், அது அவளின் பயத்தை வேறு அதிகரித்தது. அலமாரியில் பிணத்தை பார்த்தது வேறு அவளின் நியாபகத்தில் இருந்து செல்ல மறுத்தது.

அந்த இளம் பெண்ணின் சடலம் தன் பக்கத்தில் இருப்பதைப் போலவே உணர்ந்தாள். அதனால் தனக்குள் பயந்து ஒடுங்கினாள். ஒரு கெட்ட நினைவின் காயம் நம் மனதிலிருந்து போக குறைந்தது பத்து நல்ல நினைவுகள் தேவைப்படுகிறது. ஆனால் இப்போதைக்கு, அவள் இங்கிருந்து வெளியே சென்று துருவனை பள்ளியில் இருந்து அழைத்து வர வேண்டும். அவனை எவ்வாறு அழைத்து வருவது என்ற சிந்-தனையோடு, காலையில் பிணத்தை அருகில் பார்த்த தாக்கமும் சேர்ந்து கொண்டு அவளை அலைகழித்தது.

இங்கு பள்ளியில் இருந்த துருவனோ, தன் தாயைக் காணாமால் சோர்ந்து போய் அமர்ந்திருந்தான். அனைத்து குழந்தைகளும் வீட்டிற்கு சென்று விட்ட நிலையில் அவன் ஒருவன் மட்டுமே தனித்திருந்தான்.

அவனை கூட்டிக்கொண்டு செல்ல யாரும் வராததால், துருவின் பள்ளியில் இருந்து கவிதனுக்குத் தகவல் சென்றது.

அப்போது தான் ஒரு கடினமான அறுவை சிகிச்சை செய்துவிட்டு ஆசுவாசமாக தன் அறையில் அமர்ந்திருந்தான் கவிதன். துருவனை யாரும் அழைத்து செல்ல வரவில்லை என்னும் செய்தியைக்கேட்டு அதிர்ச்சியடைந்தான்.

“குழந்தைக்கூட கூப்பிட போகாம இந்த கோசலா என்ன தான் செய்யுறா.” என்று அவளை திட்டிக்கொண்டே அலைபேசி மூலம் அவளுக்கு அழைப்பு விடுத்தான்.

அழைப்பு சென்று கொண்டிருந்ததே தவிர அதை யாரும் எடுக்க-வில்லை. முதலில் துருவனை கோசலா அழைக்க செல்லவில்லை என்று கோபம் கொண்டவன், இப்போது கோசலாவிற்கு என்ன ஆனதோ என்று பயம் கொண்டான்.

சற்றும் தாமதிக்காமல் வேகமாக பார்பிக்கு அழைப்பு விடுத்தான். அந்தப்பக்கம் இவன் அழைப்பை எடுத்த பார்பியிடம், “பார்பி, கோசலா எங்க இருக்கா? அவள் வீட்டில் தானே இருக்கா?.” என்று நெஞ்சில் தோன்றிய படபடப்புடன் வரிசையாக அவளிடம் கேள்விகளைக் கேட்-டான்.

“கவி, கொஞ்சம் மூச்சு விடுங்க. கோசலா கீழே உள்ள அறைக்குப் போறதை நான் பார்த்தேன். அவங்க வீட்டில் தான் இருக்காங்க. நீங்க ஏன் இவ்வளவு பதட்டப்படுறீங்க? இது உங்க உடம்புக்கு நல்லது இல்லை

கவி.'' என்று தேனொழுக பேசினாள்.

''அதெல்லாம் இருக்கட்டும். நீ முதலில் அவள் அந்த அறைக்குள் நல்லா தான் இருக்காளான்னு பார்த்து சொல்லு.'' என்று அவளை அவசரப்படுத்தினான்.

பார்பியும் மூன்று நிமிட இடைவெளிக்குப் பின் மீண்டும் அலைபேசி இணைப்புக்கு வந்தவள், ''அவங்க அந்த அறையில் படுத்து நல்லா தூங்குறாங்க கவி. நான் அவங்களை எழுப்பவா?.'' என்று நன்றாக நடித்தபடி கேட்க.

அவளின் வார்த்தைகள் கவிதனின் காதில் வந்து சேர்ந்ததும் அவனுக்கு அதித கோபம் வந்தது, 'பையனை கூப்பிட போகாம, இவளுக்கு என்ன தூக்கம் வேண்டியது இருக்கு.' என்று நினைத்தவன், ''துருவனை கோசலா தான் பள்ளியில் இருந்து கூப்பிட போறதா இருந்தது பார்பி. வேற ஒன்னும் இல்லை நான் பார்த்துக்குறேன்.'' என்று சொல்லிக்கொண்டு வைக்கப்போனவனை தடுத்தாள் பார்பி.

''கொஞ்சம் இருங்க கவி, வச்சிடாதீங்க. நான் வேணும்னா துருவனை கூட்டிட்டு வரட்டா.'' என்றாள் கேள்வியாக.

''உனக்கு எதுக்கு வீண் சிரமம் பார்பி. நான் பார்த்துக்குறேன்.'' என்று சொல்லிக்கொண்டே தன் இருக்கையிலிருந்து எழுந்தான் கவிதன்.

''இல்லை கவி. நானும் தியாவும் வெளியே ஷாப்பிங் போறோம். அப்படியே துருவனையும் கூட்டிட்டு வந்துடுறேன். நீங்க என் புகைப்படத்தை துருவ் படிக்கும் பள்ளிக்கு அனுப்புங்க.'' என்று சொல்லிவிட்டு வைத்தாள்.

கவிதனும் அவள் சொன்னதை செய்தவன், கோசலாவின் மீது அதிக கோபம் கொண்டான். சாதரணமாக அவள் பக்கம் இருந்தும் யோசிப்பவன், இன்று அதிக களைப்பால் நிதானம் தவறினான்.

அவனும் என்ன தான் செய்வான், காலையிலிருந்து வரிசையாக நோயாளிகளை பார்த்துக்கொண்டிருந்தவன், அதன் பின் மிகப்பெரிய அறுவை சிக்கிச்சை ஒன்றை முடித்துவிட்டு ஆசுவாசமாக வந்து அமரும் போது, பதற்றத்தைக் கொடுக்கும் செய்தியைக்கேட்டு, கோசலாவின் மீது கோபம் எல்லையில்லாமல் வந்தது.

தலையைப் பிடித்து கொண்டு தன் இருக்கையில் அமர்ந்துவிட்டான். சிறிது நேரம் சென்றதும், “அப்பா...” என்று கத்திக்கொண்டே வந்த துருவனின் முகத்தைப் பார்த்ததும் தான் பழைய நிலைக்குத் திரும்பி-னான் கவிதன்.

அவனை தூக்கி அவன் முகம் முழுவதும் முத்த மழை பொழிந்த-வன், “அம்மா வரலைன்னதும் ரொம்ப பயந்துட்டியாடா?.” என்றான்.

“ஆமாம் அப்பா. ரொம்ப பயந்துட்டேன். பிறகு பார்பி ஆன்ட்டி தான் அம்மா இன்னைக்கு வரலைன்னு சொன்னாங்க.” என்று மழலை மொழியில் கண்ணை உருட்டியபடி பேசினான்.

“அப்பா, அம்மா ஏன் வரல?.” என்ற துருவனின் கேள்விக்கு, “உன்னை கூப்பிட வராம உங்க அம்மா வீட்டில் நல்லா தூங்குறா.” என்றான் முகத்தை கோபமாக வைத்தபடி.

“அம்மா பாவம் அவங்களை ஏன் திட்டுற?.” என்று தன் தாய்க்கு கொடி பிடித்தவன், அவனுடன் வந்திருந்த பார்பியின் மகள் தியாவுடன் பேச ஆரம்பித்தான்.

அவன் பேச்சை கேட்டு சிரித்துவிட்டாள் பார்பி, “துருவ் அப்படியே உங்களை மாதிரி இருக்கான் கவி.” என்றாள்.

“பார்க்க வேணும்னா அப்படி இருக்கலாம் பார்பி. ஆனா குணம் அப்படியே அவன் அம்மாவின் குணம். பாரு அவன் அம்மாவை ஒன்னு சொல்ல விடுறானா!.” என்றான் புன்னகையுடன்.

துருவனை அருகில் கண்டதும் இப்போது அவன் மனது அமைதி-கொண்டது. ஆனால் இங்கு அறையில் அகப்பட்டிருந்த கோசலாவின் மனதோ, அதிக சுமைகளைத் தாங்கி, தன் மகனைப்பற்றி பயத்துடனும், பார்பியின் மீது வெறுப்போடும் இருந்தது.

12

உடலிலும் மனத்திலும் ஓய்வற்ற படபடப்பு எப்போது வருகிறதோ அப்போது அதித கோபம் மற்றும் பயம் நம்மை சூழ்ந்து கொள்ளும். அந்த நிலையில் தான் இருந்தாள் கோசலா.

தனிமையாக இருக்கும் போது தான் பல்வேறு கற்பனைகள் வந்து நம்மை அலைக்கழிக்கும்.

அந்த அறையை மேலும் ஒரு முறை வலம் வந்தது அவளது கண்கள். அப்போது தான் அவள் கண்களுக்கு மேலே உள்ள சுவற்றில் இருந்த சிறிய துவாரம் கண்ணில் பட்டது. அதைப்பார்த்ததும் தனக்கு வழி கிடைத்து விட்டதென்று அவளின் உள்ளம் உற்சாகமடைந்தது.

உடனே வேகமாக, அந்த அறையில் இருந்த மேஜை ஒன்றை இழுக்க மாட்டாமல் இழுத்துக்கொண்டு வந்தவள், அந்த துவாரம் இருக்கும் சுவற்றின் அருகே போட்டாள்.

பின் இன்னொரு இருக்கையை இழுத்துக்கொண்டு வந்தவள், தன் பலம் முழுவதையும் ஒன்று திரட்டி, ஏற்கனவே போட்டிருந்த மேஜையின் மீது அதை போட்டாள்.

மெதுவாக மேஜை மீது கால் வைத்து ஏறி, இருக்கையின் மீதும் ஏறினாள். வெறும் 5 செ.மீ மட்டுமே இருந்த வட்ட வடிவிலான துவாரத்தின் வழியே பார்த்தவளுக்கு பகீரென்றது.

அவள் இதயம் வேக வேகமாக துடிக்க ஆரம்பித்தது. அந்த துவாரத்தின் வழியே, பின் பக்கம் உள்ள தோட்டம் தான் தெரிந்தது. அங்கு நிலா, நான்கு தடியன்களை வேலை வாங்கிக்கொண்டு இருந்தாள்.

அவர்கள் நால்வரும், கோசலா முன்பு நிலாவின் அலமாரியில் பார்த்த அதே பெண்ணின் சடலத்தை தூக்க முடியாமல் தூக்கிக்கொண்டு மகிழுந்தில் ஏறினர். நிலாவும் அவர்களுடன் ஏறிக்கொண்டு அங்கிருந்து

சென்றாள்.

'எதுக்காக அந்த பெண்ணை கொலை செய்தா! நான் பார்க்கும் போது அலமாரியில் யாரும் இல்லையே' என்று யோசித்தவளுக்கு தலை கிறுகிறுக்க ஆரம்பித்தது.

மேசையிலிருந்து கீழே இறங்கியவள், வேகமாக வெளியே செல்ல கதவில் கைவைத்தாள். அவள் கைவைத்ததும் அந்த கதவு திறந்து கொண்டது.

அப்போது தான் பார்பி கதவை அடைத்து சென்றது அவளுக்கு நியாபகம் வந்தது. 'இந்த.... இந்த... கதவு.... எப்படி திறந்தது...." என்று யோசித்தவள் முன்னே, சூனியம் பிடித்ததைப் போல இருள் அடைந்த முகத்துடன் நடந்து சென்றுகொண்டிருந்தாள் சவிதா.

ஆம். வந்த புதிதில் அவளுடன் நன்றாக உரையாடிய அதே வேலைக்காரப் பெண் சவிதா தான். அவள் முன்பு கோசலா நின்று-கொண்டிருந்ததை சிறிதும் கவனிக்காமல் நடந்து சென்றுகொண்டிருந்-தாள்.

அவளை பார்த்த கோசலா, சிறிதும் தாமதிக்கமால், "சவிதா.... சவிதா...." என்று கூப்பிட்டாள்.

தன் பெயரை அழைப்பதைக்கேட்டு நிதானத்துக்கு வந்த சவிதா, மிகுந்த வலியுடன் கோசலாவை பார்த்து சிரித்தாள். இங்கு வந்த இரண்டு வாரத்திலையே அவளது உடல் மெலிந்திருந்தது. முன்பு இருந்த கலகலப்பு இப்போது அவள் முகத்தில் துளியும் இல்லை.

அவளைப் பார்த்த கோசலாவின் நெஞ்சம் சொல்ல முடியாத வேதனையைக் காட்டியது. மெதுவாக கோசலாவின் அருகே வந்தவள், "உங்களுக்கு எதுவும் வேணுமா மேம்." என்றாள் பணிவாக.

அவளின் கையை இழுத்துக்கொண்டு தூணிற்கு பின்னால் மறைந்து நின்றுகொண்டு, "இங்க என்ன நடக்குது சவிதா. நீ பத்திரமாத் தானே இருக்க." என்று அவளின் கன்னத்தை தடவியவாறு கேட்டாள் கோசலா.

இங்கு வந்ததில் இருந்தே, கள்ளம் கபடம் இல்லாமல் பேசும் சவி-தாவை கோசலாவிற்கு மிகவும் பிடித்திருந்தது. அதனால் முதல் சந்திப்-பிலையே அவளை தன் தங்கையாகவே பாவிக்க ஆரம்பித்தாள்.

ஆனால் சவிதாவை வீட்டில் அவ்வளவாக கோசலாவால் பார்க்க முடியவில்லை.

மிகுந்த வலியுடன் சிரித்த சவிதா, "எனக்கு என்ன மேம் பிரச்சனை? அதெல்லாம் ஒன்னும் இல்ல. நான் பத்திரமாத் தான் இருக்கேன். நீங்க நினைக்குற மாதிரி இங்க தப்பா ஒன்னுமே நடக்கல. எனக்கு வேலை இருக்கு மேம் நான் போகணும்." என்று சொல்லிக்கொண்டே அங்கிருந்து நகரப்பார்த்தவளின் கையை மீண்டும் பற்றிக்கொண்ட கோசலா, "இல்லை எதுவோ தப்பா இருக்கு. உனக்கு என்னாச்சி?. உடம்பு எதாவது சரியில்லையா?. வா நாம மருத்துவமனைக்குச் செல்லலாம்." என்றாள்.

சவிதாவிற்கு பயத்தில் வியர்த்து வழிந்தது, "இல்லை மேம். நான் நல்லா தான் இருக்கேன்." என்றாள் சுற்றும் முற்றும் பார்த்தபடி.

அவளின் அதிக பதற்றத்தை தன் மனதில் குறித்துக்கொண்ட கோசலா, எதுவோ இங்கு சரியில்லை என்பதனை உணர்ந்தாள்.

ஆனால் அதை இப்போது விலாவரியாக சவிதாவிடம் கேட்க முடியாது என்பதனை உணர்ந்த கோசலா, "சரி சவிதா. ஆனா ஏதாவது உனக்கு பிரச்சனை வந்தா மறக்காம என்னை கூப்பிடு." என்று சொல்லிக்கொண்டு இருக்கும் போதே துருவனின் சத்தம் கேட்டது. கூடவே கவிதன் மற்றும் பார்பியின் குரலும் கேட்டது.

அதைக்கேட்ட சவிதாவின் கைகள் நடுங்க ஆரம்பித்தது, வேகமாக அங்கிருந்து சென்றுவிட்டாள்.

செல்லும் சவிதாவை வித்தியாசமாக பார்த்தவள் தூணின் பின்னே இருந்து வெளியேறி, நடுகூடத்திற்கு வந்தாள், அங்கு துருவனைப் பார்த்தவள், வேகமாக ஓடி சென்று அவனை அணைத்துக்கொண்டாள்.

"அம்மா உன்னை கூப்பிட வரவில்லை என்று மிகவும் பயந்துட்டியா குட்டி." என்று குற்ற உணர்ச்சியுடன் வினாவினாள்.

"அதெல்லாம் ஒன்னும் இல்லை அம்மா. நான் தான் பெரிய பையன் ஆகிட்டேனே நான் எதுக்குப் பயப்படப்போறேன்." என்று அவன் சொன்னதும் அவனை அணைத்துக்கொண்டாள்.

இவர்கள் உரையாடல்களை பார்த்துக்கொண்டிருந்த கவிதன், கோபமாக துருவனை தன் பக்கம் நோக்கி இழுத்தான். பின் கோபத்தை தன் கட்டுக்குள் கொண்டுவந்தவன், "துருவ் கண்ணா நீயும், தியாவும்

அறைக்குள் போய் விளையாடுங்க.'' என்று அவர்களை அனுப்பி வைத்தான்.

பின் கோசலாவை பார்த்தவன், ''உன் மனசில் என்ன தான் நினைச்சுகிட்டு இருக்க?. நீ பார்க்குற ஒரே வேலை துருவனை பார்த்துக்குறது தான். அதைக்கூட ஒழுங்கா செய்யமாட்டியா?.'' என்று பார்பியின் முன்னே, கோசலாவை திட்டினான் கவிதன்.

இதழில் தோன்றிய கேலி சிரிப்புடன் கோசலாவை நக்கலாக பார்த்தாள் பார்பி. கோபம் முற்றிலும் கோசலாவை கட்டுப்படுத்த ஆரம்பித்தது. அதனால் தன் வாயில் என்ன வார்த்தைகள் வருகிறது என்பதை உணராமல் பேச ஆரம்பித்தாள் கோசலா.

''இதோ இவள்...'' என்று பார்பியை பார்த்து முறைத்துவிட்டு கவிதனிடம் திரும்பியவள், ''என்னை அந்த அறையில் அடைத்து வைத்துவிட்டு, நீ எப்படி வெளிய வந்து துருவனை கூப்பிட போறன்னு நானும் பார்க்குறேன்னு சவால்விட்டா. இவள் மிகப்பெரிய விஷக்கிருமி...'' என்றதும் தான் தாமதம் அவளை ஓங்கி அறைந்திருந்தான் கவிதன்.

அவன் அடித்ததும் கன்னத்தில் கைவைத்து பயத்துடன் கவிதனை ஏறிட்டாள். இதுவரை சிறு எறும்புக்குக் கூட கெடுதல் செய்யாத கவிதன். இன்று தன் காதல் மனைவியையே அடித்துவிட்டான்.

பெண்களை தெய்வமாக போற்றுபவன், இன்று என்ன நிலையில் இருந்தானோ அவ்வாறு செய்துவிட்டான். கோசலாவை அடித்தவுடன் தான் தன் தவறை உணர்ந்தான்.

''கோசலா....'' என்று சொல்லியபடியே அவள் அருகில் செல்லப்போனவனை தடுத்து நிறுத்தினாள்.

''அங்கையே நில்லுங்க இனி என் பக்கத்தில் வராதீங்க.'' என்று சொல்லிக்கொண்டே தன் அறையை நோக்கி ஓடினாள்.

கையறு நிலையில் நின்றிருந்த கவிதனும், வேகமாக அவள் பின்னே ஓடினான். அறைக்குள் சென்றவள் வேகமாக அலமாரியில் இருந்த தன் உடைமைகளை பெட்டியில் அடுக்க ஆரம்பித்தாள்.

அதைப் பார்த்து அதிர்ந்த கவிதன், கோசலாவின் கையை பிடித்து தன்னை நோக்கித் திருப்பினான்.

''என்ன பண்ற கோசலா.... அவ்வளவு தான் இல்ல.... உணர்ச்சிவசப்பட்டு நான் இப்படி ஒரு காரியத்தை பண்ணிட்டேன். அதுக்காக

என்னை விட்டு போகணும்னு நினைப்பியா...'' என்றான் உடைந்து போன குரலில்.

தன் கையை அவனிடம் இருந்து விடுவிக்க போராடியவள், ''இனி ஒரு நிமிஷம் கூட இந்த வீட்டில் என்னால் இருக்க முடியாது. நானும் என் பையனும் இங்க இருந்து இப்பவே கிளம்புறோம்.'' என்றாள்.

''ஏதோ தெரியாம பண்ணிட்டேன் கோசலா. அதுக்காக என்னை இப்படி பழிவாங்காத. நீ இல்லை என்றாள் நான் இறந்து விடுவேன் கோசலா.'' என்று அவள் காலில் விழாத குறையாக கெஞ்சினான்.

அவள் தன்னை விட்டு சென்று விடுவாளோ என்ற பயம் அவன் மனதில் அதிகரித்தது.

அவனை நேர்பார்வை பார்த்தவள், ''செத்துருவேன்னு சொல்லி என்னை மிரட்டாதீங்க. இப்படி சொல்றவங்க சாகவே மாட்டாங்க. மத்தவங்க உயிரை தான் எடுப்பாங்க.'' என்றாள் கண்ணில் இருந்து வழிந்த தன் கண்ணீரை துடைத்தபடி.

''இல்லை நீ இங்க இருந்து போனா நான் உயிரோட இருக்கமாட்டேன் கோசலா. இது சத்தியம்.'' என்று பிதற்ற ஆரம்பித்தான்.

வெறுமையாக சிரித்த கோசலா, ''அதை நீங்க, நடுவீட்டில் அடுத்தவங்களுக்கு முன் கை நீட்டும் போது யோசிச்சிருக்கணும் கவிதன். அவள் என்னை அந்த அறைக்குள் அடைச்சு வச்சான்னு சொல்றேன்.... ஆனா நீங்க....'' என்று அவள் சொல்ல வருவதைக் கேட்காமல், அவள் பேச்சை தடுத்தவன்.

''உன்னை கை நீட்டி அடிச்சது தப்பு தான். ஆனா அதுக்காக நீ சொல்றதை என்னால் நம்ப முடியாது கோசலா.'' என்றான் வேறு பக்கம் பார்த்தபடி.

''ஓ.... அப்ப அந்த பார்பி சொன்னதை நம்புவீங்க! நான் சொன்னதை நம்பமாட்டிங்களா?.'' என்றாள் ஒரு மாதிரியான குரலில்.

அதற்கு தன் நெற்றியை சுருககியவன், ''நம் மூளையின் மொத்த எடையில் அறுபது சதவிதம் கொழுப்பால் ஆனது. அது உனக்கு அதிகமாவே இருக்கும் போல. அது என்ன வேணாலும் யோசிக்கும். அதற்க்கெல்லாம் நான் காரணம் சொல்ல முடியாது.'' என்று மறுபடியும் தன் கிண்டல் பேச்சை ஆரம்பித்திருந்தான் கவிதன்.

அவன் சொன்ன அதே மூளையை கசக்கி வேகமாக யோசிக்க ஆரம்பித்தாள் கோசலா. அவள் ஒரே நேரத்தில் இரண்டு விஷயங்களை சிந்தனை செய்தாள். பொதுவாக ஒரு தகவல் நம் மூளைக்குள் மணிக்கு 418 கிலோ மீட்டர் வேகத்தில் ஓடும் என்று விஞ்ஞானிகள் கூறுகின்றனர்.

அவள் கண் முன்னே சவிதாவின் உருவம் தான் வந்து நின்றது. ‘இல்லை. நான் இங்கு இருந்து செல்லக்கூடாது. நான் அனைவரையும் காப்பாற்றி, தீயவர்களை சிறையில் அடைத்தப் பிறகு தான் இங்கிருந்து செல்வேன்.’ என்று அவசரமாக தன் மனதில் உறுதி மொழி எடுத்துக்கொண்டாள்.

பின் கவிதனை பார்த்து, “நான் இங்கிருந்து செல்லமாட்டேன்.” என்ற வாக்கியத்தை மட்டும் கூறியவள் அங்கிருந்து வெளியே சென்றாள்.

இங்கு கவிதனோ, தன் மேல் உள்ள அன்பின் காரணமாகவே அவள் இப்படி சொல்கிறாள் என்று நினைத்து மனதால் மகிழ்ந்தான். கோசலாவிற்கு கவிதன் மேல் அக்கறை இல்லாமல் இல்லை. ஆனால் தற்சமயம் அதை மூட்டை கட்டி வைத்தாள்.

வேகமாக கீழே இறங்கி வந்தவள், பார்பி தன்னை அடைத்து வைத்திருந்த அறை நோக்கிச் சென்றாள். அங்கு கதவுக்கு தாழ்ப்பாள் இல்லாமல் மொட்டையாக இருந்தது. அப்போது தான் கவிதன் ஏன் தன்னை நம்பவில்லை என்பதனை உணர்ந்தாள்.

அவள் பின்னே வந்த கவிதன், “இந்த அறைக்கு தாழ்ப்பாள் கிடையாது கோசலா. எனக்குத் தெரியும், உனக்கு பார்பியை பிடிக்கலைன்னு. ஆனா அதுக்குகாக தேவை இல்லாம அவள் மேல் பழிபோடாத.” என்று சொல்லிவிட்டு அங்கிருந்து நகன்றான்.

அவன் சென்ற பின்பும் அங்கிருந்து செல்லாத கோசலா, அந்த கதவையே உற்று நோக்கினாள். ‘இல்லை இது வேற கதவு. அதுக்குள்ள வேற கதவை எப்படி மாத்தி இருப்பாள்?. அப்ப இந்த அறையில் தான் எதோ ரகசியம் இருக்கணும்.’ என்று நினைத்தவள், அந்த அறையை சல்லடை போட்டு தேட ஆரம்பித்தாள்.

ஆனால் அங்கு எதுவும் இல்லை. ஏதோ ஒரு ஊந்துதலில் அங்கிருந்த பழைய கட்டிலின் கீழே பார்த்தவள் அதிர்ந்துவிட்டாள். கட்டிலில்

கீழே கிடந்தது வேறு யாரும் இல்லை. சிறிது நேரத்திற்கு முன்பு அவளிடம் பேசிவிட்டு சென்ற அதே சவிதா தான்.

வேகமாக கட்டிலின் கீழே சென்று அவளை வெளியே கொண்டுவந்தவள், சவிதாவின் உடம்பில் உயிர் இல்லாததைக் கண்டு அதிர்ச்சியின் உச்சத்துக்கே சென்றுவிட்டாள்.

நமது மூளை தனித்தன்மை வாய்ந்தது. அது நமக்குள் பல தந்திர விளையாட்டுக்களை விளையாடுகிறது.

13

முகம் முழுவதும் வியர்வைத் துளிகள் இருக்க, தன் சொப்பனத்தில் இருந்து அப்போது தான் எழுந்தாள் கோசலா. அவள் கண்ட கனவு அத்தனையும் நிஜம் போலவே இருந்தது.

'சவி... சவிதா... நல்லா தானே இருப்பா!.' என்று சவிதாவை நினைத்து அவளது உள்ளம் வேதனை கொண்டது.

அப்போது அவள் படுத்திருந்த அறைக்குள் வந்த கவிதன், "உனக்கு தூக்கம் வந்தா நம்ம அறைக்குள் சென்று படு. அதைவிட்டுட்டு எப்ப பார்த்தாலும் இந்த அறையிலையே இருக்க?. பாரு ஏசி கூட இல்லை. உனக்கு வியர்த்து போய் இருக்கு." என்றான் அக்கறையாக.

ஆனால் அவன் பேச்சை சிறிதும் காதில் வாங்கி கொள்ளாத கோசலாவோ, "சவிதா... சவிதா..." என்று மந்திரம் சொல்வது போல் அவளது பெயரையே உச்சரித்துக்கொண்டிருந்தாள்.

தன் நெற்றியை நீவிய கவிதன், "சவிதான்னா யாரு?." என்றான் புரியாமல்.

"அது... நான் சொன்னேனே ஒரு பொண்ணு...." என்று சொல்லிக்கொண்டு இருக்கும் போதே அறைக்கதவை தட்டிவிட்டு உள்ளே நுழைந்தாள் சவிதா.

நேராக கவிதனிடம் சென்றவள், "இந்தாங்க சார்." என்று தண்ணீர் குடுவையை அவனிடம் நீட்டினாள்.

அதை கவிதன் அவளிடமிருந்து வாங்கும் போது, "சவிதா... உனக்கு ஒன்னும் இல்லையே.... நீ நல்லாத் தானே இருக்க." என்று வினாவினாள் கோசலா.

அவளை விச்சித்திரமாக பார்த்து வைத்த சவிதா, “எனக்கு ஒன்னும் இல்லை மேம். நான் நல்லா தான் இருக்கேன்.” என்று சொல்லிக்கொண்டே, அந்த இடத்தை காலி செய்தாள்.

செல்லும் சவிதவையே பார்த்துக்கொண்டிருந்த கோசலாவை தன் நோக்கி திருப்பியவன், “இந்தா தண்ணீர் குடி.” என்று தண்ணீர் குடுவையை அவள் கையில் திணித்தான்.

தண்ணீரை மெதுவாக குடித்து முடித்தவள், “ஆமாம் துருவை எங்க?.” என்றாள் கேள்வியாக.

பெருமூச்சு ஒன்றை விட்டவன், “அதெல்லாம் உனக்கு எதுக்கு. அவன் யாரிடம் இருக்கணுமோ, அவங்களிடம் பத்திரமா இருக்கான்.” என்றான் திமிராக.

அதில் கோபம் வரப்பேற்றவள், அவன் சட்டையை பிடித்து ஆட்டினாள், “உங்க அக்காவிடம் இருக்கானா? சொல்லுங்க?” என்று உதடுகள் துடிக்க கத்தினாள்.

அவன் சட்டையை அவள் கையில் இருந்து விடுவித்தவன், “ஆமாம் அவங்கக்கிட்ட தான் பத்திரமா இருக்கான். அவங்க உன்னை மாதிரி கிடையாது. துருவனை பத்திரமா பார்த்துப்பாங்க.” என்று சொல்லிக்கொண்டே அங்கிருந்து சென்றான்.

செல்லும் கவிதனை கோபத்துடன் பார்த்தவள், 'நான் தாமதிக்கும் ஒவ்வொரு நொடியும், என் பையனுக்கும், இங்க இருக்கும் பெண்களுக்கும் ஆபத்தாக முடியும். எதவாது பண்ணனும்.' என்று நினைத்தவள் ஒரு முடிவுடன் தன் அறை நோக்கிச் சென்றாள்.

அங்கு கவிதன் தன் மடிக்கணினியில் எதையோ ஆராய்ந்து கொண்டிருந்தான். அவன் பக்கத்து இருக்கைக்கு சென்று அமர்ந்தவள், “கவி, தயவுசெய்து நான் சொல்றதைக் கேளுங்க. இங்க என்னமோ தப்பா நடக்குது. அதை நீங்க தான் கண்டுபிடிக்கணும்.” என்றாள்.

தன் மடிக்கணினியை மூடிவிட்டு கோசலாவை முறைத்தவன், “உனக்கு என்ன தான் பிரச்சனை கோசலா?. நீ இங்க வந்ததில் இருந்து சரியில்லை.” என்றான்.

“இல்லை கவி. நீங்க நான் சொல்றதை கேட்டே ஆகணும். நீங்க வெறும் ரோபோர்ட் மாதிரி மருத்துவமனைக்கு போகையும் வரையுமா இருக்கீங்க. உங்க கண்ணை நன்றாக திறந்து பாருங்க. இங்க எதுவோ

நடக்குது. நம்ம பையனுக்கும் எதுவோ தப்பா நடக்கப்போற மாதிரி என் மனசுக்குப் படுதுங்க.'' என்று தன் மனசில் பட்டதை அப்படியே அவனிடம் கூறினாள்.

“நம் பையனுக்கு இங்கு என்ன தப்பா நடக்கப்போகுது?. என் அக்கா அவனை உன்னை விட நல்லா பார்த்துப்பாங்க. நீ தான் அவனை பாடசாலையில் இருந்து கூட அழைத்து வராமல் நன்றாக தூங்கிக்கொண்டு இருந்தாய்.'' என்று அவள் மனது வருந்தும் படி பேசினான்.

அவன் பேச்சு கோசலாவின் கண்களில் இருந்து கண்ணீரை வரவழைத்தது, “நான் இப்ப என்ன பேசுனாலும் உங்களுக்குத் தப்பாவே தான் தெரியும். என்றாவது ஒரு நாள் உண்மை உங்களுக்கும் தெரியவரும். அப்ப நீங்க என்னை அடிச்சதுக்காகவும், என் மனதைக் காயப்படுத்தியதற்க்கும் வருந்துவீங்க.'' என்றாள்.

பெருமூச்சுடன், “அதை அப்ப பார்க்கலாம். எனக்கு வேலை இருக்கு.'' என்று சொல்லிக்கொண்டே தன் மடிக்கணினியை மீண்டும் உயிர்பித்தான்.

பின் என்ன நினைத்தானோ, “இங்க பாரு கோசலா, இந்த வாரத்தில் நாம் துருவனை லீகளா என் அக்காவிடம் தத்து கொடுக்கப்போறோம். அதுக்கு நீயும் தயார இருப்பன்னு நம்புறேன்.'' என்று சொல்லி அவள் தலையில் பெரிய இடியை இறக்கினான்.

நினைவுகள், ஆளுமை, அறிவாற்றல் நடவடிக்கை என எல்லாத்தையும் முறைபடுத்துவது மூளை தான். ஆனால் கவிதனின் பேச்சால் கோசலாவின் மூளை வேலை செய்ய மறுத்தது. ஆஸ்திரேலியாவிற்கு தன் கணவன் ஒருவனை மட்டுமே நம்பி வந்தவள். அதனால் அவனது பேச்சு அவளுக்கு மிகுந்த மனசோர்வை கொடுத்தது.

மடிக்கணினியில் வேலை செய்து கொண்டே கோசலாவை அடிக்கண்களால் பார்த்தவன், அவளின் நிலை கண்டு பதறினான், “என்னாச்சி கோசலா, ஏன் ஒரு மாதிரியா இருக்க?. இதை நாம் முன்னவே பேசி வச்சது தானே!.'' என்று கொஞ்சமும் இறக்கம் இல்லாமல் பேசினான்.

நிமிர்ந்து அவனை பார்த்தவள், “ஆனா நான் அதற்கு சரின்னு சொல்லவே இல்லையே!.'' என்க.

“இங்க பாரு கோசலா. எங்க அக்கா உன்னை விட துருவனுக்கு சிறந்த தாயாக இருப்பாங்க.” என்று அவள் நெஞ்சை அதிர வைக்கும் வார்த்தைகளைக் கூறினான்.

அவன் சொன்னது நிஜம் தான் நிலா சிறந்த தாய் தான். ஆனால் அவள் துருவனுக்கு சிறந்த தாயாக இருப்பாளா? என்பது கவிதனுக்குத் தெரியும் காலம் வெகு தொலைவில் இல்லை.

‘ஒரு கொலைகாரியிடம் என் பையனை ஒப்படைப்பதா? இது ஒரு காலமும் நடக்காது.’ என்று மனத்தினுள் நினைத்தாள். மெதுவாக மூச்சை இழுத்துவிட்டு, தன்னை சமநிலைப்படுத்தியவள், “இன்னும் ஒரு வாரத்தில் உங்கள் அக்கா ஏற்ப்படுத்திய பொய் பிம்பத்தை, உங்களுக்கு ஆதாரத்துடன் காட்டுறேன்.” என்று கூறி சவால் விட்டாள்.

அவள் பேசிய பேச்சைக் கேட்டு நக்கலாக சிரித்த கவிதன், “பைத்-தியம்...” என்று அவளுக்குக் கேட்காத குரலில் தன் வாய்க்குள் முணங்-கினான்.

ஆனால் அது சரியாக கோசலாவின் காதில் கேட்டுவிட்டது. அதனால் காளியாக மாறியவள், “சீ.... நீயும் ஒரு மனுஷனா? குழந்-தையை தாயிடமிருந்து பிரிக்கணும்னு நினைக்கிறாயே!.” என்றாள் கோபமாக.

கோசலா இப்போது இருக்கும் நிலையை கணித்தவன், தானும் அவள் மேல் கோபப்படக்கூடாது என்று நினைத்தான். அவள் அருகே சென்று, “உன் நிலை எனக்கும் புரியுது கோசலா. டைட்டானிக் கப்பலை உருவாக்க 7 மில்லியன் டாலர் செலவானது. ஆனால் டைட்டானிக் படத்தை உருவாக்க 200 மில்லியன் டாலர் செலவாகியிருக்கு. இதிலி-ருந்து உனக்கும் புரிஞ்சிருக்கும்னு நினைக்கிறேன்.” என்று சொல்லிக்-கொண்டே திரும்பவும் தன் வேலையைப் பார்க்க ஆரம்பித்தான்.

“அப்ப நீங்க என்ன சொல்ல வாரீங்க?. துருவன் என்னிடம் வளர்-வதை விட உங்க அக்காவிடம் வளருவது தான் நல்லதுன்னு சொல்றீங்-களா?.” என்று கர்ஜனையாக கேட்டாள்.

“இல்லை நான் அப்படி சொல்லலா. இதை பெருசு படுத்தாத. அப்-படி பண்ணா சேதாரம் அதிகம்னு சொல்றேன்.” என்று அடிக்குரலில் அவளுக்கு எச்சரிக்கை விடுத்தான்.

இனி இவனோடு பேசுவதில் என்ன பயனும் இல்லை என்பதை உணர்ந்தவள், அறையிலிருந்து வெளியே சென்றாள்.

கீழே நடுக்கூடத்தில் சென்று அமர்ந்தவள், தன் தலையை பிடித்துக்கொண்டு யோசிக்க ஆரம்பித்தாள். 'வீட்டில் இருப்பதனால் தானே எனக்கு ஒன்னும் தெரியவில்லை. பேசாம நிலாவின் மருத்துவமனைக்கு சென்று ஏதேனும் துப்பு கிடைக்குதான்னு பார்ப்போம்.' என்று நினைத்துக்கொண்டாள்.

துருவன் இப்போது நிலாவிடம் உள்ளான் என்ற செய்தியும் அவளுள் பெரிய தாக்கத்தை ஏற்படுத்தியது. சோபாவில் அமர்ந்திருந்தவள் மெதுவாக தன் கண்களை மூடினாள். பின் ஏதோ நினைப்பில் படாரென்று தன் கண்களைத் திறந்தவள், "இல்லை, அந்த கொலைகாரி அவனை ஏதேனும் செய்துவிடுவாள்." என்று வாய்விட்டு சொன்னவள், வேகமாக நிலாவின் அறையை நோக்கி ஓடினாள்.

அங்கே சென்று வேகமாக நிலாவின் அறைக்கதவைத் தட்ட ஆரம்பித்தாள், சிறிது நேரம் சென்று கதவைத் திறந்த நிலா, முகத்தை சுழித்தபடி, "ஏன் கதவை தட்டினாய்? உனக்கு என்ன வேண்டும்?." என்றாள் கோபத்துடன்.

அவளைத் தாண்டி உள்ளே எட்டி பார்த்தவள், "எனக்கு இப்பவே என் பையனை பார்க்கணும். நகருங்க." என்று சொல்லிக்கொண்டே உள்ளே செல்ல பார்த்தாள்.

ஆனால் நிலாவோ, அவள் கையைப் பிடித்து தடுத்தவள், "எங்க போற? உனக்கு அறிவே இல்லையா?. ராத்திரி நேரத்தில் இப்படி தான் அடுத்தவங்க அறைக்கதவை வந்து தட்டுவியா?." என்றாள் கடுப்புடன்.

அதில் கோபம் வரப்பேற்றவள், "உனக்கு தான் அறிவே இல்லை. கொஞ்சமும் அறிவில்லாமல் இப்படி தான் அடுத்தவங்க குழந்தையை உனக்கு வேணும்னு கேட்ப்பியா?." என்று மரியாதையைக் கைவிட்டு அவளுக்குப் பதிலடி கொடுத்தவள், நிலா சுதாரிப்பதற்குள் அவள் அறைக்குள்ளே புகுந்தாள்.

அவளின் செயலில் நிலா ஆத்திரத்தின் எல்லைக்கே சென்றுவிட்டாள். ஓடி உள்ளே வந்த கோசலா, அங்கு துருவன் உறங்கிக்கொண்டிருப்பதைப் பார்த்து நிம்மதி அடைந்தாலும், சிறிது குழப்பமும் அடைந்தாள்.

'துருவன் இவ்வளவு சீக்கிரம் தூங்க மாட்டானே!. இப்ப அவன் கார்ட்டூன் பார்க்குற நேரமாச்சே! ஒரு வேலை இன்னைக்கு பாடசாலையில் ரொம்ப ஆட்டம் போல. அதான் நல்லா தூங்குறான்.' என்று நினைத்தவள், அவனை பார்த்தபடி நின்றிருந்தாள்.

“நீ பேசுன பேச்சு எனக்கு ஆத்திரத்தைக் கொடுத்தாலும், என் தம்பிக்காக சும்மா இருக்கேன். இப்ப துருவனை பார்த்துட்டினா, வெளியே போ. எனக்கு தூக்கம் வருது.” என்று கடினமாக கூறிக்கொண்டே வெளியே கைக்காட்டினாள் நிலா.

கோசலாவும் வேறு வழி இல்லாமல், அங்கிருந்து வெளியேறினாள். மெதுவாக தளர்ந்த நடையுடன் நடந்து வந்தவள், அப்போது பார்பி, அங்கிட்டும் இங்கிட்டும் பார்த்தபடி அவள் அறையிலிருந்து வெளிவருவதைப் பார்த்தாள்.

அவள் நடத்தையில் குழப்பம் அடைந்தவள், 'இவள் எங்க போறா!.' என்று நினைத்தபடி அவளை பின் தொடர ஆரம்பித்தாள்.

பார்பியோ வீட்டை விட்டு வெளியேறி, சாலையில் நடக்க ஆரம்பித்தாள். கோசலாவும் அவளுக்குத் தெரியாமல் அவளை பின் தொடர்ந்தாள்.

பார்பி சிறிது தூரம் சென்றதும், எங்கிருந்தோ வந்த கருப்பு நிற மகிழுந்து அவளின் அருகில் வந்து நின்றது. உடனே அதனுள் ஏறி அமைந்தாள்.

பார்பி அதில் ஏறியதும், கண் இமைக்கும் நேரத்தில், அந்த மகிழுந்து அந்த இடத்தை விட்டு மறைந்தது. திடுக்கிட்ட கோசலா, “அச்சோ! இப்ப என்ன பண்றது?. இருட்டில் அந்த காரை தவிர எனக்கு எதுவும் தெரியலையே!.” என்று புலம்பியவள் ஒரு வழியாக திரும்பவும் பொடி நடையாக வீடு வந்து சேர்ந்தாள்.

'அவள் பொண்ணு தியா தனியா இருப்பாளே! அவளை விட்டுட்டு இவள் மட்டும் எங்கே ரகசியமா போறா.' என்று நினைத்த கோசலா. பார்பியின் அறையை நோக்கிச் சென்றாள்.

பார்பியின் அறையில் கோசலா பார்த்த காட்சி, அவளை திடுக்கிட வைத்தது. அது மட்டும் இல்லை அன்று தான் பார்பியின் இன்னொரு முகம் கோசலாவிற்க்கு தெரியவந்தது.

14

பார்பி வெளியே சென்றதும் குழப்பமடைந்த கோசலா, தியாவைத் தேடி பார்பியின் அறைக்குள் வந்தாள். அங்கு தியா நன்றாக உறங்கிக் கொண்டிருப்பதைப் பார்த்தவள் அதிர்ந்தாள். 'இந்த பார்பி குழந்தையை தனியா விட்டுட்டு எங்க போயிருப்பா!.' என்று யோசித்தபடியே வெளியே செல்ல எத்தனித்தவள் காலில் எதுவோ தட்டுப்பட்டது.

கீழே குனிந்து அதை எடுத்தவள், அது பாஸ்போர்ட் என்பதனை அறிந்து கொண்டு, உள்ளே திறந்தாள், அதில் பார்பியின் புகைப்படம் அருகே, 'பாப்பம்மா' என்ற பெயர் எழுதி இருந்தது.

அதைப் பார்த்து அடக்கமாட்டாமல் சிரித்துவிட்டாள் கோசலா. பின் இருக்கும் இடம் கருதி அமைதியானாள். 'அப்ப உன் பெயர் பார்பி கிடையாதா?.' என்று தன் மனதில் பேசியவள், 'இதை எதுக்காக இவள், இப்படி போட்டு வச்சிருக்கா?.' என்று நினைத்துக்கொண்டு இருக்கும்போதே, அவள் பின்னிருந்து அவள் தோள்பட்டையை ஒருகை தொட்டது.

அந்த கை தொட்டதும் கோசலாவின் மனதை பயம் சூழ ஆரம்பித்தது. மெதுவாக திரும்பியவள் முன்னே நின்றிருந்தது சாட்சாத் பார்பியே தான்.

கோசலாவின் கையில் இருந்து தன் பாஸ்போர்ட்டை வெடுக்கென்று பிடுங்கியவள், அவளை முறைத்துக்கொண்டே, "உனக்கு தேவை இல்லாத விஷயத்தில் மூக்கை நுழைக்க வேண்டாம்னு சொன்னா நீ கேட்கவே மாட்டியா?" என்றாள் பார்பி.

அப்போது பார்த்து பார்பியின் செயல்கள் எல்லாம், கோசலாவின் மூளை அவளுக்கு நியாபகப்படுத்த ஆரம்பித்தது. அதனால் பார்பியுடன்

சிறிது விளையாடிப் பார்க்க நினைத்தவள், “யார் சொன்னது இது எனக்கு தேவை இல்லாத விஷயம் என்று?. நீ எப்ப என்னையும் கவி-தனையும் பிரிக்க முடிவெடுத்தியோ, அப்பவே நீ என் கண்காணிப்பில் வந்துட்ட பாப்பம்மா....” என்று இறுதியாக அந்த பெயரை அழுத்தம் திருத்தமாக உச்சரித்தாள்.

அதைக்கேட்டு பார்பி கோபப்படுவாள் என்ற எண்ணத்தில் தான் அவள் அப்படி சொன்னாள். ஆனால் கோசலா சீண்டியது சிறிதும் பார்-பியை பாதிக்கவில்லை.

அவளும் சிறிதும் அசராமல், “இதில் என்ன இருக்கு கோசலா. அது தானே என் பெயரும் கூட.” என்றவள் பேச்சு அதிக முதிர்ச்சியைக் காட்டியது.

“நீ என்ன நினைக்குறன்னு எனக்கு நல்லாவே புரியுது கோசலா. என்னோட கணிப்பு சரியா இருந்ததுன்னா, நீ என்னை ரெண்டு நாளாக நோட்டம் விடுறன்னு அர்த்தம்.” என்று மிகவும் சரியாக சொன்னாள் பார்பி.

பார்பியை அதிர்ச்சியுடன் பார்த்தாள் கோசலா. அவள் பார்வையை பார்த்தவள், “என்ன அப்படி பார்க்குற? எனக்கு எப்படி தெரியும்னு பார்க்குறியா?.” என்று சிரித்துக்கொண்டே சொன்னவள். அலமாரியில் இருந்து தன் பெட்டியை எடுத்தாள்.

இங்கு ஏதோ வசிய நிலையில் நின்று கொண்டிருந்த கோசலவை நோக்கி சொடக்கிட்டவள், “என்ன இதுக்கே இப்படி பேய் அறைந்த மாதிரி நிக்குற?” என்றாள்.

மெதுவாக இயல்புக்கு திரும்பிய கோசலா, “அப்ப இந்த வீட்டில் நடக்கும் அனைத்து மர்மங்களுக்கும் உனக்கும் சம்பந்தம் இருக்கா?.” என்று வெளியே தைரியமாகவே கேட்டவள், உள்ளுக்குள் பயந்து நடுக்-கிக்கொண்டு தான் இருந்தாள்.

பின்னே ஒரு கொலையை அசால்ட்டாக செய்து அலமாரியில் வைக்கின்றனர் என்றால், அவளுக்கும் பயம் இருக்கும் தானே!.

ஆனால் கோசலாவின் வாய் தன்னிடம் தைரியமாக பேசினாலும், அவள் உள்ளுக்குள் பயந்து நடுங்குவதை, நரம்பியல் நிபுணரான பாப்-பம்மா என்ற பார்பி சரியாக உணர்ந்து கொண்டாள்.

மெல்லியதாக சிரித்த பார்பி, "நீ நினைக்கும் அளவுக்கு எனக்கு அவ்வளவு சீன் எல்லாம் இல்லை கோசலா." என்றவள் பேச்சு சகஜமாகவே இருந்தது.

அவள் பேச்சு கோசலாவிற்கு ஆச்சர்யத்தைத் தந்தது. தொடர்ந்து பேசிய பார்பி, "என்னோட உண்மையான பெயர் பாப்பம்மா. இதை சொல்றதுக்கு நான் எப்பவுமே அருவருப்பு அடைஞ்சதில்லை கோசலா." என்று சொல்லிக்கொண்டே பெட்டியில் தன் உடைமைகளை அடுக்க ஆரம்பித்தாள்.

"அப்ப ஏன் உங்க பெயரை பார்பின்னு வச்சிருக்கீங்க?." என்ற கோசலாவின் குரலில் அழுத்தம் இல்லை. அது பார்பியின் மேல் நிமிடத்தில் ஏற்பட்ட மாற்றமாக இருக்ககூடும்.

அதற்கு வெறுமையாக சிரித்த பார்பி, "என் கணவனை விட்டு எப்போது நான் இங்கு வந்தேனோ, அப்போதே நான் வேடன் கையில் மாட்டிய பறவையாகி விட்டேன். இந்த பெயர் கூட மற்றவர்களால் புகுத்தப்பட்டது தான்." என்றாள் விரக்தியாக.

"என்னையும் கவிதனையும் பிரிப்பதற்கு நீங்கள் செய்த முயற்சி எனக்கு தெரியும் பார்பி. ஆனால்...." என்று கோசலா எதுவோ சொல்ல வருவதற்குள் அவளை தடுத்த பார்பி, "நான் உங்களை பிரிக்க முயற்சி செய்யவில்லை கோசலா. ஆனால் அப்படி செய்ய கட்டாயப்படுத்தப்பட்டேன்." என்று மிகவும் வருத்ததுடன் பேசினாள்.

பார்பியின் பேச்சியிலையே அவள் வருத்தத்தை உணர்ந்த கோசலா, பார்பியின் அருகே சென்று அவள் கையின் மேல் தன் கையை வைத்து ஆறுதல் படுத்தினாள்.

பின் நிதானத்திற்கு வந்த பார்பி, "நான் முன்னவே சொன்ன மாதிரி, நான் தூண்டிலில் மாட்டிய மீன் தான். அண்ணி என்ன சொல்றாங்களோ அதை நான் செய்தே ஆக வேண்டும். அதனால் தான், அன்றைக்கு அந்த அறையில் உங்களை உள்ளே வைத்து அடைக்க வேண்டியதாகிற்று. அதற்காக இன்று உங்களிடம் மன்னிப்பு கேட்கிறேன் கோசலா. முடிந்தால் என்னை மன்னித்துவிடுங்கள்." என்றாள்.

அவள் பேச்சைக்கேட்டு குழம்பிய கோசலா, "ஆனா அண்ணி ஏன் அப்படி நினைக்கணும்?. நான் அவங்களை என்ன செய்தேன்." என்றாள் புரியாமல்.

"ஏனென்றால் நீங்கள் தான் துருவனின் அம்மா." என்றாள் ஒற்றை வரியில்.

பின், "உங்களிடம் அனைத்தையும் என்னால் இப்போது விவரமாக சொல்ல முடியாது கோசலா. அதுக்கு எனக்கு நேரமும் இல்லை." என்று சொல்லிக்கொண்டே மீண்டும் தன் உடைமைகளை பெட்டியில் அடுக்க ஆரம்பித்தாள் பார்பி.

அவ்வளவு நேரமும் தூங்கிக்கொண்டு தான் இருந்தாள் தியா. இவர்களின் பேச்சு அந்த குழந்தையின் உறக்கத்திற்குத் தடையாக இல்லை.

அவள் சொன்னதைக்கேட்டு பயந்த கோசலா, "நீங்க என்ன சொல்நீங்க பார்பி?. எனக்கு எதுவும் புரியல. நடப்பது எல்லாத்தையும் பார்த்தா எனக்கு பயமா இருக்குது பார்பி." என்றாள்.

அவள் கையை பிடித்து தன்னை நோக்கி திருப்பிய பார்பி, "கோசலா இனி நீங்க பயப்படவேக் கூடாது. அண்ணியின் மருத்துவமனையில் நடக்கும் அனைத்து நாச வேலைகளையும் நீங்கள் தான் வெளியே கொண்டு வரணும். உங்களால் முடியுமா?" என்றாள் கேள்வியாக.

அவளின் பேச்சு, ஏற்கனவே குழப்பமடைந்திருந்தவள் மனதில் மேலும் குழப்பத்தை அதிகரித்தது. அப்போது தான் பார்பி தன் துணிகளை பெட்டியில் அடுக்குவது அவள் கண்களுக்குப் பட்டது.

"நீங்க எங்க போறீங்க பார்பி?. நீங்களே அண்ணி மருத்துவமனையில் நடக்கும் நாச வேலைகளை கண்டுபிடிக்கலாமே!." என்றாள் பிடிகையுடன்.

"எனக்கு என் குடும்பம் வேணும் கோசலா. நான் சுயநலமாக பேசுவதாக உங்களுக்குத் தோணலாம். ஆனால் எனக்கு வேறு வழி இல்லை. நீங்கள் தான் இந்த வேலையை செய்ய வேண்டும் ஏன் என்றால் இதில் உங்கள் பையனும் சம்மந்தம் படுத்தப்பட்டு உள்ளான்." என்றாள் பார்பி.

"என்னோடா பையனை அவங்களுக்கு தத்து தரச்சொல்லி வற்புறுத்துறாங்க பார்பி. கவிதன் பண்ண தப்பால்..." என்று கோசலா சொல்லும் போதே, இடையிட்டு பேசிய பார்பி, "கவிதனுக்கும் அண்ணி பையன் இறந்ததுக்கும் எந்த ஒரு சம்பந்தமும் இல்லை கோசலா. எல்லாம் அண்ணி நடத்தும் நாடகம் மட்டுமே!." என்று மிகப்பெரிய அதிர்ச்சியை அவளுக்குக் கொடுத்தாள்.

“என்ன.... என்ன சொல்ற பார்பி? நிலா ஏன் இப்படி பண்ணனும்....” என்று ஒன்றும் புரியாமால் திணறிய படியே கேட்டாள்.

“அவங்களுக்கு வாழ்க்கையில் இரண்டே இரண்டு விஷயங்கள் மட்டும் தான் முக்கியம். ஒன்னு பணம் இன்னொன்னு அவங்க பையன் விராட். என் அண்ணன் கூட அவங்களுக்கு முக்கியம் கிடையாது. ஆனா அண்ணா, நிலா அண்ணி எது சொல்றாங்களோ அதைத் தான் கேட்பாங்க.

உங்க பையனை வச்சி அவங்க பையனை உயிரோட கொண்டு வருவதற்கு எதுவோ வேலை பார்க்கப்போறாங்க கோசலா. அதனால் உங்களை கவிதனிடம் இருந்து பிரித்தால் அந்த வேலை சுலபமாகிவிடும் என்று அண்ணி நம்புறாங்க. ஜாக்கிரதையா இருந்துக்கோங்க. நானும் என் பொண்ணும் இங்க இருந்து போயிடுவோம்.” என்றாள் பார்பி.

பார்பியின் பேச்சைக் கேட்ட கோசலாவின் இதயம் தாறுமாறாக துடிக்க ஆரம்பித்து. ஒரு மனித இதயம் என்பது அரைக்கிலோவுக்கும் குறைவு தான். ஆனால் அதில் தான் உடலின் மொத்த செயல்பாடுகளும் அடங்கி இருக்கின்றது. அது தன் வேலையை சரியாக செய்யாமல் விட்டதனால், கோசலாவிற்கு அது வலியை கொடுத்தது.

அந்த வலியை சமாளித்தவள், “ஆனா நீங்க எங்க போவீங்க பார்பி?. தியாவின் அப்பா, வேறு ஒரு கல்யாணம் பண்ணிக்கொண்டதா கவிதன் சொன்னாரே!” என்று கோசலா கேட்க.

நெஞ்சில் தோன்றிய வலியுடன் பழையநினைவுகள் பார்பியின் கண் முன்னே வர ஆரம்பித்தது. அதை நினைத்த படியே, “அவர் எங்கள் மேல் உயிரையே வச்சிருக்காரு கோசலா. அவர் எங்களுக்காக காத்துக்கொண்டு இருக்கார். எங்களுக்குள் நடந்த சிறு மனத்தாங்களால், நான் அவரைப் பிரிந்து வந்து, இந்த கொடிய நரகத்தில் மாட்டிக்கொண்டேன். இனி எங்களுக்கு சுதந்திரம் கிடைக்கப் போகுது.” என்று மிகுந்த சந்தோசத்துடன் பேசினாள்.

“பார்பி, நீங்க இப்ப என்னிடம் சொன்னது எல்லாத்தையும் கவிதனிடம் சொல்லணும்.” என்று கோசலா சொல்ல.

“எனக்கு இப்ப அதற்கு நேரம் இல்லை கோசலா. நான் சொன்னாலும் கவிதன் நம்புறது கஷ்டம் தான். அந்த அளவு அண்ணி அவரை அவங்க பிடியில் வச்சிருக்காங்க. எனக்கு அப்பா அம்மா இல்லை.

அண்ணா மட்டும் தான் அவரை நம்பி நான் இங்க வந்ததுக்கு, அவங்க நாச வேலையில் என்னையும் கூட்டு சேர்த்துக்கிட்டாங்க. அவங்களுக்கு நம்பிக்கையான ஒரு ஆள் தேவைப்பட்டது. அதுக்கு நான் பலிகடா ஆகிட்டேன்.

நான் இங்க இருக்கிறது என் குழந்தையின் எதிர்காலத்துக்கு ஆபத்தா முடியும்.'' என்று சொல்லிகொண்டே தன் பெட்டியை எடுத்தவள், தியாவையும் தூக்கப்போனாள்.

அவள் கையைப் பிடித்து தடுத்த கோசலா, "பார்பி, கொஞ்சம் யோசிங்க. என் பையன் மட்டும் இல்லை இங்க இருக்குற பல பெண்களின் உயிருக்கும் ஆபத்து இருக்கு.'' என்றவள் பிடியில் இருந்து தன் கையை விலக்கியவள், "என்னால் எதுவும் செய்ய முடியாது கோசலா. நான் கஷ்டப்பட்டு ஒரு பொண்ணை தப்பிக்க வச்சா, அந்த பொண்ணு மறுநாள் அண்ணி அறையில் பிணமா கிடந்தா. ஆனால் அவங்க அந்த பொண்ணு லாரியில் அடிபட்டு தான் இறந்து போனாள் என்று நிருபிச்சாங்க. என் கணவர் போலி பாஸ்போர்ட் மூலம் எங்களை காப்பாத்த வந்துருக்காரு. தயவு செய்து என்னை தடுக்காதீங்க. நான் அண்ணியிடம் மாட்டிக்கொண்டால் என்னை மட்டும் இல்லை என் பொண்ணையும் சேர்த்து கொன்றுவாங்க.'' என்றவள் தியாவையும் தூக்கிக்கொண்டு அங்கிருந்து செல்லப்போனாள்.

பின் என்ன நினைத்தாளோ, திரும்பி கோசலாவை பார்த்தவள், "அவங்க பையன் விராட் உயிரை காப்பாத்த உங்கள் பையன் துருவன் உயிரை கேட்குறாங்க. அதே போல் பணத்திற்காக இங்கு வேலை செய்யும் சிறுபெண்களின் வாழ்க்கையில் விளையாடுறாங்க. நிலா அண்ணி மிகவும் மோசமானவங்க. உங்களை இப்படியே விட்டுட்டுப் போறதுக்கு என்னை மன்னிச்சிருங்க.'' என்று அவளிடம் மன்னிப்பையும் வேண்டியவள், அவளின் பதிலுக்குக் காத்திராமல் அங்கிருந்து சென்றாள்.

15

பார்பி கோசலாவிடம் பேசிய பேச்சு இன்னும் கோசலாவின் காதுகளில் ரிங்காரமிட்ட படி இருந்தன. தன்னையும் அறியாமல் அவள் கண்களில் நீர் சுரக்க ஆரம்பித்தது. இதயத்தில் மிகப்பெரிய வலி ஒன்று உருவாவதைப் போல் உணர்ந்தவள், கதறிய நெஞ்சில் கைவைத்துக் கொண்டு தன்னை சமன் செய்ய முயற்சி செய்தாள்.

அவள் மனக் கண்ணிற்கு துருவனின் முகமும், சவிதாவின் முகமும் மாறி மாறி வந்து அவளை அலைக்கழிக்க ஆரம்பித்தது. அவள் இதயத்தில் தோன்றிய வலியும், அவள் ஆழ் மனதிற்குள் சென்று அவளை அங்கிருந்து செல்ல சொல்லி கட்டளையிட்டது.

அதன் ஊந்துதலில், 'இங்கிருப்பது நிலாவிற்கு தெரிந்தால், அது ஆபத்தாகும்.' என்று தனக்குள் சொல்லிக்கொண்டே அங்கிருந்து வெளியேறினாள்.

தன் அறையை நோக்கிச் சென்று கொண்டிருந்தவள், 'பார்பி சொன்னதை கவிதனிடம் நான் சொன்னால் அவர் நம்புவாரா!. எதுக்கும் முயற்சி செய்து பார்க்கலாம்.' என்று யோசித்தப்படியே தன் அறைக்கதவை திறந்தவள், அங்கு கட்டிலில் தூங்கிக் கொண்டிருக்கும் கவிதனைப் பார்த்து, 'அச்சோ.... தூங்கிவிட்டாரா!. பரவாயில்லை நாளைக்கு காலையில் சொல்லலாம். அவர் நம்புனாலும் சரி நம்பவில்லை என்றாலும் சரி.' என்று ஒரு முடிவுடன், இவளும் அவன் அருகே சென்று படுத்தாள்.

ஆனால் அவளுக்கு துளியும் தூக்கம் வரவில்லை. நிலாவிடம் தனியாக சிக்கிக்கொண்ட துருவனையே அவளது மனது சுற்றி வந்தது. ஆனால் அவளது மூளையே அவளுக்கு எச்சரிக்கை செய்தது. 'இப்போது நிலாவின் ரகசியம் தனக்கு தெரிந்ததாக அவளிடம் காட்டிக்-

கொள்ளக் கூடாது. தான் கொஞ்சம் பொறுமையாக தான் இந்த விஷயத்தைக் கையாள வேண்டும்.' என்று தன் மனதிற்குள் பேசியவள், துருவனை நினைத்து பல்லைக் கடித்தப்படி படுத்திருந்தாள்.

'நாளை மருத்துவமனை சென்று உண்மையை வெளியே கொண்டு வர முயற்சி செய்யலாம்.' என்று நினைத்தவள், பின் எப்போது கண் அசந்தாள் என்பது அவளுக்கே தெரியவில்லை. அவள் கண்விழித்து பார்க்கும் போது கவிதன் மருத்துவமனைக்கு கிளம்பிக்கொண்டு இருந்தான். அவள் மெதுவாக கட்டிலில் இருந்து எழுவதைப் பார்த்தவன், "துருவனை இனி நீ பாடசாலையில் இருந்து அழைத்து வர வேண்டாம்." என்றதும் தான் தாமதம்.

கண் இமைக்கும் நேரத்தில் அவன் அருகே வந்தவள், "ஏன்.... ஆமா துருவனை எங்க?." என்று கேட்கும் போதே குளியல் அறையில் இருந்து வெளியே வந்தான் துருவன்.

அவனைப் பார்த்ததும், பார்பி நேற்று இரவில் அவளிடம் பகிர்ந்த செய்தியை, அவளது மூளை வேகமாக 260 மைல்கள் வேகத்தில் அவளது நினைவுகளில் கொண்டு வந்தது.

துண்டை கட்டிக்கொண்டு, வெளியே வந்த அந்த பாலகன், தன் உடையை உடுத்த ஆரம்பித்தான். அவன் அருகே சென்று, "துருவ்...." என்றாள்.

ஆனால் அவனோ அதை சிறிதும் காதில் வாங்காமல் தன் அன்னையின் மேல் கோபத்தில் இருந்தான். அப்போது கவிதனின் அலைபேசி அடிக்கவே, அதை எடுத்துக்கொண்டு அவன் வெளியே சென்றான்.

இப்போது அறையில் துருவன் மற்றும் கோசலா மட்டுமே இருந்தனர். "ஏன் குட்டி அம்மா மேல் கோபமா?." என்றாள் அவளும் சிறு குழந்தையாக மாறி.

அந்த சின்ன வாண்டுக்கு அவ்வளவு கோபம் வந்தது. அவளை முறைத்து பார்த்தவன், "ஆமாம் கோபம் தான். நீங்க என்ன சொன்னீங்க? இனி நிலா ஆன்ட்டி கூட போக வேண்டாம்னு சொன்னீங்க... ஆனா.... அப்பா என்னைய இனி அவங்க கூட தான் இருக்கணும்னு சொல்லி அங்க விட்டுட்டு வந்துட்டாங்க." என்றான் அழும் குரலில்.

அவன் அழுகையை காணப்பொறுக்காத அவனின் தாய் கோசலா அவனை அணைத்துக்கொண்டு, "அது அம்மாக்கு தெரியாதுடா செல்லம். ஆனா நீ அங்க இருப்பது தெரிந்ததும், நான் உன்னை பார்க்க வந்தேன். ஆனா நீ நல்லா உறங்கிக்கொண்டு இருந்தாய்." என்றாள்.

"அம்மா நிலா ஆன்ட்டி அறைக்குள் சென்றதும், எனக்கு என்ன ஆனது என்று தெரியவில்லை. முழித்து பார்க்கும் போது விடிந்திருந்தது என் அருகில் யாரும் இல்லை. நான் அப்படியே அங்கிருந்து நம் அறைக்குள் வந்துவிட்டேன்." என்று அந்த சிறுவன், தனக்கு ஏற்பட்ட அனைத்தையும் அவளிடம் சொன்னான்.

'ஐயோ… என் குழந்தைக்கு என்ன கொடுத்தாளோ!' என்று அலறியது அவளது மனம்.

தன்னை நிதானபடுத்திக்கொண்டவள், "நீ அவங்க அறைக்குள் சென்றதும், அவங்க உனக்குக் குடிக்க அல்லது சாப்பிட ஏதாவது தந்தாங்காளா?. நல்லா நியாபகப்படுத்தி சொல்லு குட்டி." என்று இவள் வினாவ.

சிறிது சிந்தித்த துருவன், "எனக்கு எதுவும் அவங்க கொடுக்கலை அம்மா. ஆனா அந்த நகுல் அங்கிள், என் மூக்கில் எதுவோ வைத்தாங்க…. எனக்கு அது மட்டும் தான் நியாபகம் இருக்கு." என்று அவன் சொல்லிக்கொண்டு இருக்கும் போது சரியாக உள்ளே நுழைந்த கவிதன், துருவன் பேசிய அனைத்தையும் கேட்டுவிட்டான்.

அதைக்கேட்டு, அவன் மூக்கின் வழியே உள் இழுக்கும் ஆக்சிஜன், மூளைக்கு செல்லாமல் தடை செய்தது. பொதுவாக 5 முதல் 10 நிமிடங்கள் வரை ஆக்சிஜன் இல்லாமலேயே மூளையால் தாக்குபிடிக்க முடியும். அதனால் கவிதனுக்கு பெரிய பாதிப்பு ஒன்றும் ஏற்படவில்லை.

பின் அவனது மூச்சு சீராகி, அவன் மூளை வேலை செய்ய ஆரம்பித்தது. அவன் கண்ணின் ஓரம் நீர் கசிந்தது. கோசலா சொல்லிய அனைத்து விஷயங்களையும் மெதுவாக யோசிக்க ஆரம்பித்தான். அவள் இலைமறைகாயாக உரைக்கும் போதும், நேரடியாகவே உரைத்த போதும், தன்னால் புரிந்து கொள்ள முடியாத மனப்பக்குவத்தில் தான் இருந்ததை நினைத்து தன்னைத் தானே வெறுத்தான்.

அதை நினைக்க நினைக்க அதிக வலி உண்டானது. காயத்திற்கு மருத்திருப்பதைப் போல, மனதில் பட்ட காயத்திற்கும் ஏதேனும் மருந்து

கிடைத்தால் எவ்வளவு நன்றாக இருக்கும், என்ற எண்ணம் அந்த மருத்துவனின் மனதில் உருவானது.

உறவுகளால் ஏற்பட்ட துரோகம், அவ்வளவு சுலபமாக நெஞ்சை விட்டு நீங்காது. இதற்கே இவ்வளவு பாடுபடும் கவிதனின் மனது, தன் தமக்கை தன்னை இங்கு வர வைத்து மிகப்பெரிய துரோகத்தை செய்து கொண்டிருக்கிறாள் என்று தெரிந்தால் எவ்வளவு பாடுபடும்.

எவ்வளவு நேரம் அங்கு நின்று இருந்தானோ. பின் துருவனின் குரல், "அப்பா.... அப்பா...." என்று கேட்டதும் தான் அவன் இயல்புக்கு வந்தான்.

தன்னை கஷ்டப்பட்டு சமன் படுத்தியவன், 'நகுல் மாமா, துருவனை எதற்காக மயங்க வைக்கணும்?. இது கண்டிப்பா சாதாரண விஷயம் கிடையாது. எதுவோ இருக்கு. துருவன் மேல பாசம் இருக்குற மாதிரி எப்படி நடிச்சாங்க. சீ....' என்று அருவருப்பாக முகத்தை வைத்தவன், திரும்பவும் துருவன் தன்னை அழைக்கும் குரல் கேட்கவே அவன் அருகே சென்றான்.

அவனைப் பார்த்த துருவன், "எவ்வளவு நேரம் தான் உங்களை கூப்பிட... எனக்கு நேரமாச்சி வாங்க போகலாம்..." என்றான் பெரிய மனித தோரணையில்.

துருவன் முகத்தில் இருந்து தன் கண்ணை எடுத்தவன், அவன் அருகில் நிற்கும் கோசலாவைப் பார்த்தான். அவளோ தன் கைகளை பிசைந்த படி நின்றிருந்தாள். அவளின் முகம் அதிக பயத்தை தத்தெ-டுத்திருந்தது.

அவளது முகத்தைப் பார்த்ததும் மறுபடியும் கவிதனின் மனதில் துய-ரம் வந்தமர்ந்தது. தான் கொஞ்சமும் கோசலாவை நம்பாமல் அவளுக்கு செய்த துரோகத்தை நினைத்து பார்த்தான். ஆம் துரோகம் தான். அவள் பெற்ற குழந்தையை கொஞ்சமும் அசராமல் தன் தமக்கையிடம் தர சொன்னானே!

இவன் அமைதியாக இருப்பதைப் பார்த்த துருவன், கவிதனின் கையை பிடிக்க அதில் சுயம் வரப்பெற்றவன், கோசலாவைப் பார்த்து, "சரி நாங்க கிளம்புறோம் கோசலா. துருவன் அப்பவே சாப்பிட்டுவிட்-டான். நான் கேன்டீனில் சாப்டுக்குறேன்." என்று பேச்சில் சுரத்தே இல்-லாமல் சொன்னவன், துருவனின் கையைப் பிடித்து மெதுவாக வெளியே

செல்லப்போனான்.

“கொஞ்சம் இருங்க...” என்று கோசலாவின் குரல் கேட்கவே. அந்த இடத்தில் நின்றிருந்தபடியே அவளைத் திரும்பி என்ன என்பதைப் போல பார்த்தான்.

“நான் உங்கக்கிட்ட....” என்று சொல்லும் போதே அவள் பேச்சை தடை செய்தவன், “நேரமாச்சி கோசலா. நான் வரேன்.” என்று சொல்லிவிட்டு மறுபடியும் செல்லப்போனவன், பின் என்ன நினைத்தானோ திரும்பி அவளைப் பார்த்து, “எனக்கு நீயும், துருவும் மட்டும் தான் முக்கியம் கோசலா.” என்று சொல்லிவிட்டு சென்றான்.

கவலைகளால் தோய்ந்து போய் இருந்த அவளது முகம் இப்போது குழப்பத்தைக் கொண்டது. அவன் இறுதியாக சொன்னதை யோசித்துக் குழம்பியவள், பின் அதை ஓரம் கட்டிவைத்துவிட்டு, ‘இவரிடம் இப்பவே இந்த விஷயத்தை சொல்லலாம்னு பார்த்தா இப்படி ஆயிருச்சே!. சரி வீட்டுக்குத் தானே வருவாரு.’ என்று நினைத்தவள் நிலாவின் மருத்துவமனைக்கு செல்ல தயாரானாள்.

தான் அங்கே செல்வது யாருக்கும் தெரிந்துவிடக்கூடாது என்று நினைத்தவள், வீட்டில் உள்ள மகிழுந்தை பயன்படுத்தாமல் அரசாங்க பேருந்தில் செல்லலாம் என்று முடிவெடுத்தாள். பின் மெதுவாக கீழே வந்தவள், அங்கு யாரும் இல்லாமல் வெறிச்சோடி இருக்கவே, எதையோ யோசித்துக்கொண்டே உணவு மேஜையில் வந்து அமர்ந்தாள்.

அவள் அமர்ந்ததும் அவளுக்குப் பரிமாற இரு பெண்கள் உள் இருந்து வெளியே வந்தனர். அதில் சவிதாவும் ஒருத்தி. இன்னொரு பெண் புதியதாக தெரிந்தாள். ‘புதுசாக வந்திருப்பவள் போல.’ என்று தனக்குள் நினைத்தவள் அமைதியாக உண்ண ஆரம்பித்தாள்.

கோசலாவிற்க்கு சாம்பாரை ஊற்றிய சவிதாவின் கைகள் நடுங்கியது. அவள் கை நடுக்கத்தைப் பார்த்த கோசலாவின் புருவத்தில் முடிச்சி விழுந்தது. அதன் பின் தான் அவளது முகத்தைப் பார்த்தாள் கோசலா.

சவிதா தன் பக்கத்தில் நின்றிருந்த பெண்ணைப் பார்ப்பதும், பின் தன்னைப் பார்ப்பதுமாக இருந்தாள்.

அவள் உடல் மொழியை வைத்து அவள் தன்னிடம் எதுவா பேச நினைக்கின்றாள் என்பதை உணர்ந்து கொண்ட கோசலா, சவிதாவிடம் பேசும் சந்தர்ப்பத்தை எதிர்பார்க்க ஆரம்பித்தாள்.

வேடனிடம் மாட்டிக்கொண்ட பறவைகள் போல் தான் இந்த வீட்டில் இருப்பவர்களின் நிலை. அந்த வேடனை எதிர்கொள்ள இங்கு இருக்கும் அனைத்து பறவைகளின் ஒற்றுமையும் அவசியம் என்பதனை உணர்ந்து கொண்டாள் கோசலா.

புதியதாக வந்திருந்த பெண்ணைப் பார்த்தவள், "உன்னை நான் இங்கு பார்த்ததே இல்லையே!. புதுசா வந்துருக்கியா? சரி இங்க எந்த கல்லூரியில் சேரவேண்டும் என்று முடிவெடுத்திருக்க?." என்று அவளை ஆராய்ச்சி பார்வை பார்த்துக்கொண்டே வினாவினாள்.

ஏனென்றால் இவளைப் பார்த்து சவிதா பயப்படுவது அவள் கண்களுக்குப்பட்டது. கோசலா அந்த பெண்ணிடம் கேட்ட கேள்விகளைப் பார்த்து சவிதா அதிர்ச்சியானாள். அந்த புது பெண்ணிற்கு பின் பக்கம் நின்றிருந்த சவிதா, 'இவளிடம் பேசாதீர்கள்...' என்று சைகையால் கோசலாவிற்கு புரியவைக்க முயற்சி செய்தாள்.

ஆனால் அது கோசலாவிற்கு சுத்தமாக விளங்கவில்லை. தன் முன்னே நிற்கும் பெண் இன்னும் தான் கேட்ட கேள்விக்கு பதில் சொல்லாமல் நிற்பதைப் பார்த்தவள், "உன்கிட்ட தான் கேட்குறேன். பதில் சொல்லு." என்று சிறிது கண்டிப்புடன் கேட்டாள்.

"நான் செய்யுற வேலைக்கு நிலா மேம் சம்பளம் கொடுக்குறாங்க. நீங்க எனக்கு முதலாளி கிடையாது. தேவையில்லாமல் அதிகாரம் பண்ணும் வேலை எல்லாம் என்னிடம் வேண்டாம்." என்று அந்த பெண்ணின் குரல் கடினமாக வந்தது.

அவள் பேச்சில் அதிர்ச்சியான கோசலாவிற்கு அப்போது தான் சவிதா கூற வருவது புரிந்தது. 'இவள் சாதாரணமான ஆள் கிடையாது. இவள் கண்டிப்பா நிலாவின் ஒற்றனாக இருப்பாள்.' என்று அவள் பேச்சை வைத்து தன் மனதில் நினைத்த கோசலா, பின் அவளிடம் எதுவும் பேசிக்கொள்ளவில்லை.

'இப்ப எப்படி சவிதாவிடம் பேசுவது.' என்பதில் சென்றது அவளின் கவனம்.

16

மனிதர்கள் அனைவருக்கும் கைவிரல் ரேகைகள் வித்தியாசமாக இருப்பது போலவே மனிதர்களின் மூளை செயல்பாடுகளும் ஒவ்வொருவருக்கும் ஒவ்வொரு விதமாக இருக்கும். அதே போல் தான் கோசலாவின் மூளையோ, சவிதாவிடம் எப்படி பேசுவது என்று யோசிக்க, சவிதாவின் மூளையே, இங்கிருந்து எப்படி தப்பிப்பது என்று யோசித்துக் கொண்டிருந்தது.

பின் கோசலா என்ன யோசித்தாளோ, நிமிர்ந்து தன் முன்னால் நின்றிருந்த இரு பெண்களையும் பார்த்தவள், "நான் பார்த்துக்குறேன். நீங்க ரெண்டு பேரும் வேறு வேலை ஏதாவது இருந்தா பாருங்க." என்று சொன்னதும், சவிதாவின் அருகே நின்றிருந்த புதிய பெண் 'சரி' என்று தலையை அசைத்துவிட்டு சவிதாவின் கையை பற்றிய படி சமையல் அறையின் உள்ளே சென்றாள்.

உள்ளே செல்லும்போது சவிதா கோசலாவை, திரும்பித் திரும்பி பார்த்த படியே தான் சென்றாள். அவர்கள் தலை மறையும் வரை நிதானமாக இருந்தவள், பின் வேகவேகமாக தன் கைப்பையில் இருந்து ஒரு காகிதத்தையும், பேனாவையும் வெளியே எடுத்தாள்.

அதில் எதுவோ எழுதியவள், அந்த காகிதத்தை எவ்வளவு குட்டியாக மடிக்க முடியுமோ, அவ்வளவு குட்டியாக மடித்தாள். பின், "சவிதா...." என்று கோசலா குரல் கொடுத்ததும், சவிதா வெளியே வந்தாள். அவளுடனே ஒட்டுப்புல் போல அந்த புதிய பெண்ணும் வந்தாள்.

கோசலாவின் அருகே வந்தவள், "மேம்...." என்றாள்.

"டேபிளை சுத்தம் செய்துவிடு சவிதா. அதற்கு தான் கூப்பிட்டேன்." என்ற கோசலா, மெதுவாக இருக்கையில் இருந்து எழுந்து, சவிதா

நின்று கொண்டிருக்கும், பக்கவாட்டுப்பகுதிக்கு வந்தவள், அங்கு நின்றிருந்த பெண்ணுக்குத் தெரியமல், தன் கையில் வைத்திருந்த காகிதத்தை கண் இமைக்கும் நேரத்தில், சவிதாவின் கைகளுக்கு இடம் மாற்றிவிட்டு, அவளைக் கடந்து சென்றாள்.

அதை உணர்ந்த சவிதாவும் தன் கையில் கோசலா கொடுத்த காகிதம் வெளியே தெரியாதவாறு நன்றாக தன் கைவிரல்களை மடக்கிக்கொண்டாள்.

வீட்டை விட்டு வெளியே செல்லப்போன கோசலா, திரும்பி இருவரையும் பார்த்தவள், “வீட்டில் யாரும் இல்லை. நானும் ஷாப்பிங் போறேன். நீங்க ரெண்டு பேரும் வீட்டைப் பார்த்துக் கொள்ளுங்கள்.” என்று சொன்னதும், இருவரும் தன் தலையை ஆட்டிக்கொண்டனர்.

வீட்டை விட்டு வெளியே செல்வதைப் போல சென்ற கோசலா, யாரும் அறியாமல் தோட்டத்தின் பின் பக்கம் சென்றாள். அங்கே சென்று ஒரு புதருக்குள் மறைந்தவள், அங்கே சவிதாவின் வருகைக்காக காத்திருக்க ஆரம்பித்தாள்.

இங்கே அதிக படபடப்புடன், மேஜையை சுத்தம் செய்துகொண்டிருந்த சவிதா, மெதுவாக அந்த புது பெண்ணுடன் பேச்சு வளர்க்க ஆரம்பித்தாள், “நீயும் இதை சுத்தம் செய்யலாமே!. ஏன் எப்ப பார்த்தாலும் சும்மாவே இருக்க?.” என்றவள், வெளியே தைரியமாக பேசினாலும், உள்ளுக்குள் நடுங்கிக்கொண்டு தான் இருந்தாள்.

உடனே அந்தப்பெண், “நீ எனக்கு உத்தரவு போடுறியா?.” என்றாள் கோபமாக.

உடனே சுத்தம் செய்வதை நிறுத்திவிட்டு சண்டைக்கு தயாரானாள் சவிதா, “ஏய்! இங்க பாரு. இங்க உன்னை விட நான் தான் சீனியர். அதனால் என்கிட்ட இந்த மாதிரி குரலை உயர்த்தி பேசுற வேலை எல்லாம் வேண்டாம்.” என்றாள் கண்டிப்பான குரலில்.

அதில் ஆத்திரம் வரப்பெற்ற அந்த பெண், “கொஞ்சம் நிப்பாட்டு. உங்களை கவனிக்க தான் நிலா மேம் என்னை வரவச்சிருக்காங்க. அதனால் உன் வாயை மூடிட்டு நான் சொல்லும் வேலை செய்.” என்று கழுத்தை ஒரு வெட்டு வெட்டினாள்.

‘இப்ப என்ன பண்றது. இவள் இங்கிருந்து செல்லமாட்டாள் போலயே!’ என்று தன் மனதில் புலம்பியபடி மேஜையை துடைத்துக்-

கொண்டிருந்தாள் சவிதா.

அப்போது தான் அந்த புதிய பெண்ணின் அலைபேசி அலறியது. இங்கு இருக்கும் பெண்கள் யாருக்கும் தனியாக அலைபேசி கிடையாது. அப்படியும் புதியதாக யாராவது அலைபேசியைக் கொண்டு வந்தால், அவர்களிடமிருந்து அதை நிலா பறித்துவிடுவாள். ஆனால் அதற்கு புதியதாக வந்திருந்த பெண் மட்டும் விதிவிலக்கு. ஏனென்றால் அவள் நிலாவின் ஆள்.

தன் அலைபேசியை உயிர்ப்பித்த அந்தப் பெண், அங்கிருந்து அகன்று சிறிது தூர இடைவெளியில் நின்று பேச ஆரம்பித்தாள். அவள் பேச்சு சுவாரஸ்யத்தில் இருப்பதைக் கண்டுகொண்ட சவிதா, இது தான் சமயம் என்று நினைத்து, வேகமாக தன் கையில் கோசலா கொடுத்த காகிதத்தைத் திறந்தாள்.

அதில், "சவிதா... உன் நிலை எனக்குப் புரிகிறது. நீ என்ன நிலையில் இருக்கின்றாயோ! அதே நிலையில் தான் இப்போது நானும் இருக்கின்றேன். எனக்கு சில தகவல்கள் தெரியவேண்டி உள்ளது. அதற்கு நீ என்னிடம் உண்மையை மறைக்காமல் சொல்ல வேண்டும். என் மீது நம்பிக்கை இருந்தால், எப்படியாவது பின் பக்கம் உள்ள தோட்டத்திற்கு வா. அங்கு கல் இருக்கையின் அருகே புதர் போல் மண்டிக்கிடக்கும் கோல்டன் வாட்டில் என்ற மலரின் செடியினுள் தான் நான் மறைந்து உள்ளேன்." என்று நீளமாக எழுதியிருந்தாள்.

அதைப் படித்து முடித்ததும், "உன் கையில் என்ன இருக்கு?." என்று அந்த புதிய பெண் போட்ட சத்தத்தில் அரண்டுவிட்டாள். அவளுக்கு அலைபேசி அழைப்பு வந்ததும், அவள் அதில் மூழ்கி இருப்பதைப் பார்த்துவிட்டு, அவளைப் பார்க்காமல் மறுபக்கம் திரும்பி நின்று கொண்டு தான் படித்துக்கொண்டிருந்தாள்.

அவள் போட்ட சத்தத்தில் அவள் அரண்டது என்னவோ சிறு வினாடி தான், உடனே வேகவேகமா அந்த காகிதத்தை தன் வாய்க்குள் போட்டு மென்று முழுங்கினாள் சவிதா. இவள் திரும்பி தன் முதுகைக் காட்டியபடி நின்றிருந்ததால், அந்த பெண்ணிற்கு இவள் செய்கை எதுவும் தெரியவில்லை.

இவள் அப்படியே நின்றிருப்பதைப் பார்த்த அந்தப் பெண் வேகமாக அவளின் அருகே வந்து அவளைத் தன் நோக்கித் திருப்பினாள். சவி-

தாவை மேல் இருந்து கீழாக பார்த்தவள், “நான் கூப்பிட்டா திரும்ப மாட்டியா?. கொஞ்சமும் பயம் இல்லாம அப்படியே நிக்குற?. இந்த வீட்டில் நீ மட்டும் தான் அப்படி இருக்க. எனக்கு மரியாதை கொடுக்கவில்லை என்றால் உன்னை தொலைச்சி கட்டிடுவேன் ஜாக்கிரதை.” என்று எச்சரிக்கை விடுத்தாள்.

அவள் திட்டியதற்கு எந்த வித எதிர்பலனும் இல்லாமல் அப்படியே நின்றிருந்த சவிதாவைப் பார்த்து எரிச்சல் அடைந்தவள், “இன்னும் ஏன் இங்க நின்னு என் மூஞ்சவே பார்த்துக்கிட்டு இருக்க? போ... போய் உள்ள வேற ஏதாவது வேலை இருந்தா பாரு.” என்று கத்தினாள்.

முகத்தைப் பாவம் போல் வைத்துக்கொண்ட சவிதா, “இல்லை மேம். எனக்கு அவசரமா கழிவறை போகணும்.” என்றாள்.

தன் தலையில் அடித்துக்கொண்ட அந்தப் பெண்ணோ, “எனக்குன்னு வராளுங்க பாரு. போ... போயிட்டு சீக்கிரம் வா...” என்று கூறியவள், அங்கே இருந்த இருக்கையில் அமர்ந்தவாறு தன் கைப்பேசியில் மூழ்கினாள்.

வேகவேகமாக தான் தங்கி இருக்கும் பகுதிக்கு வந்த சவிதா, அங்கிருந்து பக்கவாட்டுப்பக்கமாக திரும்பி பின் பக்கம் இருந்த தோட்டத்திற்குள் சென்றாள்.

அங்கு கல் இருக்கை அருகே, அழகா பூத்துக்குலுங்கி இருந்த கோல்டன் வாட்டில் என்ற மலர்களைப் பார்த்தாள். அந்த மலர் தான் ஆஸ்திரேலியாவின் தேசிய மலர்.

இவளின் காலடி சத்தம் கேட்டதும் மெதுவாக புதரில் இருந்து வெளியே வந்தாள் கோசலா. அவளைப் பார்த்ததும் தான் தாமதம் ஓடி வந்து அவளை அணைத்துக்கொண்டு கதறி அழுதாள் சவிதா.

அவளது அழுகை கோசலாவை அதிர வைத்தது. அந்த அழுகை அவளின் மனதில் உள்ள துயரத்தை கோசலாவிற்க்கு அப்படியே காட்டியது.

அவளை அணைத்து மெதுவாக அவளது முதுகை நீவி விட்ட கோசலா, “என்னாச்சி சவிதா. ஏன் இவ்வளவு அழுகை.” என்றாள்.

மெதுவாக நிமிர்ந்த சவிதா, “உங்களை பார்த்தப் பிறகு தான், என் இருள் வாழ்க்கையில் வெளிச்சம் வந்துவிட்டதைப் போல் தோன்றுகிறது அக்கா.” என்று சொல்லிக்கொண்டே, தன் கண்களில் வழிந்த கண்-

ணீரை துடைக்க ஆரம்பித்தாள்.

“உனக்கு அவ்வளவு கஷ்டம் வருவதற்கு என்ன காரணம்?. சொல் சவிதா... இந்த வீட்டில் என்ன தான் நடக்கிறது?.” என்று அவள் கைகளைப் பிடித்தாவாறு வினாவ.

“இந்த வீட்டில் இல்லை அக்கா... நிலா மேம் மருத்துவமனையில் தான் அவ்வளவு பெரிய திருட்டு வேலை... இல்லை இல்லை.... நாச வேலை நடக்குது. என்னை மாதிரி ஏழைப் பெண்களை அழைத்து வந்து, அவர்களுக்கு மிகப்பெரிய அநீதியை செய்கின்றனர்.” என்றவள் கண்களில் மறுபடியும் கண்ணீர் சுரக்க ஆரம்பித்தது.

அவள் பேச்சைக்கேட்டு கோசலாவின் இதயம் படபடவென்று அடித்துக்கொள்ள ஆரம்பித்தது. “நீ சொல்றது என் பயத்தை அதிகரிக்குது சவிதா... எனக்குப் புரியும்படி தெளிவாக சொல். உனக்கும் மற்ற பெண்களுக்கும் நடந்த அநீதியை...” என்று இவள் கேட்க.

“நடந்த அநீதி இல்லை அக்கா. இது மூன்று காலத்திற்கும் நடக்கும் அநீதி. இன்று கூட அது நடந்து கொண்டு தான் இருக்கின்றது. ஆனால் வருங்காலத்தில் அதை நடக்க விடமால் நாம் ஏதாவது செய்ய வேண்டும் அக்கா.” என்று உணர்ச்சி பொங்க பேசிய சவிதாவை இழுத்துக்கொண்டு யாருக்கும் தெரியாத புதர் நோக்கிக் கூட்டிச் சென்றாள் கோசலா.

சுற்றும் முற்றும் பார்த்து தான் யார் கண்களுக்கும் தெரியவில்லை என்று உறுதி படுத்திக்கொண்டவள், “இப்ப சொல்லு சவிதா..” என்க.

மடைதிறந்த வெள்ளம் போல் அனைத்தையும் கோசலாவிடம் பகிர ஆரம்பித்தாள். “அக்கா.... வேலையும் கொடுத்து படிக்க வைக்குறேன்னு இந்தியாவில் இருந்து என்னைப் போல பல பெண்களை வரவைத்து.... எங்களிடமிருந்து மாத மாதம் கருமுட்டைகளை எடுக்கிறார்கள் அக்கா...“ தயங்கித் தயங்கி ஒருவழியாக கூறியே விட்டாள்.

அதைக்கேட்டு கோசலாவின் நெஞ்சம் கனத்துப்போனது. இது சாதாரண விஷயம் கிடையாது. இது மிகப்பெரிய மருத்துவ திருட்டு.

இதைப்பற்றி கோசலா நன்கு அறிவாள். இது அனைத்தும் சட்டத்திற்கு புறம்பானது. அப்போது தான் நேற்று இரவு பார்பி அவளுக்கு சொன்ன செய்தி அவள் மனக்கண்ணில் வந்தது.

“அந்த நிலா, பணத்திற்காக பல பெண்களின் வாழ்க்கையில் விளை-யாடுகிறாள். அவளை நாம் சும்மா விடக்கூடாது சவிதா. இனி நீ அழவே கூடாது.” என்று அவள் கன்னத்தில் வழிந்த கண்ணீரை துடைத்தவள், “நீ எப்படி இதுக்கு ஒத்துக்கொண்டாய் சவிதா. கிட்னியை திருடுவது போல், இதுவும் ஒருவகையான திருட்டு தான்.” என்று இவள் கூற.

“ஆரம்பத்தில் எனக்கு அது பெருசா தெரியவில்லை அக்கா. அவங்க என்னிடம் இரத்த தானம் போல் இதுவும் ஒரு தானம் தான், இதனால் குழந்தை இல்லாதவர்களுக்கு உன் மூலம் குழந்தை பாக்கியம் கிடைக்கும், உன் உடம்பிற்கும் எதுவும் ஆகாது, இதை ஒரு சேவை போல் செய் என்றார்கள். நானும் அவர்கள் பேசிய பேச்சில் முதலில் ஒத்துக்கொண்டேன்.

பின் எனக்கு ஹார்மோன் ஊசி போட்டு என்னிடம் இருந்த கரு-முட்டைகளை எடுத்தனர். பின் அதுவே வாடிக்கையானது. அது தந்த வழியில் நான் இன்றும் ஒரு பிணம் போல் நடமாடிக்கொண்டு இருக்-கின்றேன் அக்கா.” என்று சவிதா பேசிய வார்த்தை ஒவ்வொன்றும் ஊசி போல் கோசலாவின் இதயத்தினுள் இறங்கியது.

17

கருமுட்டைகளை தானம் அளிப்பது இரத்த தானம் போல் அத்தனை எளிதான காரியம் அல்ல. மிகச் சிக்கலான மருத்துவ நடைமுறைக்கு கொடையாளியின் உடல் ஆட்படுத்தப்படும்.

21 வயது முதல் 50 வயதுள்ள பெண்கள் மட்டும் தான் கருமுட்டை தானம் செய்யலாம் அதுவும் ஒரே ஒரு முறை மட்டும் தான் எடுக்கப்பட வேண்டும். 21 வயதுக்கு கீழ் உள்ள மைனர் பெண்களிடம், கருமுட்டை எடுப்பது சட்டப்படி குற்றம்.

இதை நன்கு அறிந்திருந்த கோசலா, பரிதாபத்துடன் சவிதாவைப் பார்த்தாள். அவள் பரிதாப பார்வையில், தலையைக் குனிந்தவள் முகத்தை நேராக நிமிர்த்திய கோசலா, "நீ எதற்காக தலை குனிகின்றாய்? நீ எந்த தவறும் செய்யவில்லை சவிதா. தவறு செய்தவர்கள் தான் தலை குனிய வேண்டும்." என்று வீர ஆவேசமாக பேசினாள் கோசலா.

"நீ எத்தனை தடவை தானம் கொடுத்தாய் சவிதா..." என்ற கோசலாவின் கேள்விக்கு.

"நான் இங்கு வந்து நான்கு மாதம் ஆகிவிட்டது அக்கா. நான்கு தடவை என்னிடமிருந்து எடுத்து விட்டனர்." என்று மரத்துப்போன குரலில் பேசினாள்.

அதைக்கேட்டு கோபத்தின் உச்சிக்கே சென்றுவிட்டாள் கோசலா. "உன்னை பார்த்தாலே தெரிகிறது, அதனால் நீ எவ்வளவு பாதிப்புக்கு உள்ளாகி இருக்கின்றாய் என்று. நீ ஏன் அவர்களை தடுக்கவில்லை சவிதா." என்றாள்.

"தாங்க முடியாத துயரத்தில் நான் இதைச் செய்கின்றேன் அக்கா. என் குடும்பத்தைக் காட்டி என்னை மிரட்டுகின்றனர். இப்படியே எப்-

பொழுதும் மாத மாதம் எடுத்துக்கொண்டிருந்தால் நான் கண்டிப்பாக ஒருநாள் இறந்துவிடுவேன் அக்கா.'' என்று சொன்னதும் அவளை அணைத்துக் கொண்டாள் கோசலா.

“இல்லை சவிதா. நீ நல்லா இருப்ப. நாம் கூடிய சீக்கிரம் இங்கிருந்து தப்பித்துவிடலாம்.'' என்று ஆறுதல் வார்த்தைகள் கூறி அவளைப் பழைய நிலைக்குக் கொண்டு வர எவ்வளவோ பாடுபட்டாள். ஆனால் அது அவ்வளவு சுலபமாக இல்லை. காயமடைந்த மனது அல்லவா.

“இங்கு நிறைய பொண்ணுங்க இந்த வலியால் மரணமடைஞ்சிருக்காங்க அக்கா..... ஆனா அதற்கு வேற ஏதாவது காரணம் சொல்லி, அவங்க உடலை அவங்க குடும்பத்தினரிடம் கொடுத்துருவாங்க. இங்கு இருக்கும் அனைத்து பெண்களுக்கும், சினைப்பை வீக்கப் பிரச்சனை இருக்கு. நானும் இதைப் பத்தி படிச்சிருக்கேன் அக்கா. இதில் கேன்சர் வரவும் பாதிப்பு அதிகம். இந்த நிலை என் எதிரிக்குக் கூட வரக்கூடாது அக்கா.'' என்று கதறி அழுது கொண்டே கூறினாள்.

ஒருபக்கம் வறுமையும், மறுபக்கம் மிரட்டல்களும், இன்னொரு பக்கம் வெறும் காகிதத்தில் மட்டுமே உயிர்வாழும் சட்டங்களும் இவற்றோடு சேர்ந்து ஏழைகளின் உயிர்களை புழுக்களைப் போல் மதிக்கும் அதிகார வர்க்கமும் கைகோர்த்துக் கொள்கின்றனர்.

இதனால் எத்தனையோ சவிதாக்கள் இன்றும் உயிருடன் பிணமாக நடமாடிக்கொண்டு இருக்கின்றனர்.

“பார்பி தானே உங்களை எல்லாம் பார்த்துக்கிட்டாங்க. அவங்க உங்ககிட்ட எப்படி நடந்துக்கிட்டாங்க.'' என்று கோசலா கேட்டாள். அவளுக்கு பார்பி பற்றியும் தெரியவேண்டி இருந்தது.

அழுதுகொண்டே கோசலாவை நிமிர்ந்து பார்த்த சவிதா, “கருமுட்டை தானம் கொடுப்பதால் ஒவ்வொரு பெண்களுக்கும் ஒவ்வொரு பிரச்சனை வரும் அக்கா. ஆனால் அதைப்பற்றி நிலா மேமிடம் எத்தனை முறை சொன்னாலும் எந்த பயனும் இல்லை. ஆனால் பார்பி மேடம் தான் நாங்கள் படும் கஷ்டத்தைப் பார்த்து எங்களுக்கு மருந்து மாத்திரைகளை நிலா மேமிற்கு தெரியாமல் வாங்கித் தருவார்.

கொஞ்ச நாட்களுக்கு முன் நீச்சல் குளத்தில் ஒரு பெண் இறந்து கிடந்தாள் அல்லவா. அவளுக்கு கருமுட்டை தானத்தால் மிகப்பெரிய கொடிய வியாதியான கேன்சர் இருந்தது. ஆனால் இவர்கள் அதை

சிறிதும் கண்டுகொள்ள மாட்டார்கள். அந்தப் பெண் வலியால் துடிக்கும் போது, ஒரு அறையில் அடைத்து வைத்து சென்றுவிட்டனர்.'' என்று சவிதா சொன்ன செய்தி, கோசலாவை அதிர வைத்தது.

''நீ என்ன சொல்கிறாய் சவிதா?. நிலா இவ்வளவு கொடுரமானவளா! அதுவும் ஒரு மருத்துவராய் இருந்து கொண்டு, புழுவை விட மோசமான ஜென்மமாய் நடந்திருக்கிறாள்.'' என்றவள் மனதில் நிலாவின் மேல் கோபம் அதிகரிக்க ஆரம்பித்தது.

தொடர்ந்து பேசிய சவிதா, ''அந்தப் பெண் வலியால் துடிப்பதைப் பார்த்த பார்பி மேடம் தான், அந்தப் பெண் உயிரோடு இருக்கும் வரை அவளை மயக்கத்திலையே வைத்திருந்தார். அவள் இறந்ததும் மிக அழகாக தற்கொலை செய்துவிட்டாள் என ஜோடித்துவிட்டனர்.'' என்று அழுகையுடன் தொடங்கிய சவிதா, கோபமாக சொல்லிமுடித்தாள்.

தான் இத்தனை மாதங்களாக இந்த வீட்டில் இருந்தும் என்ன பயன்? இங்கு உள்ளே நடப்பது எதுவும் தெரியாமல் சுயநலமாக இருந்த தன்னைத் தானே வெறுத்தாள்.

''ஏழைப் பெண்களை ஏமாற்றி அவர்களின் உயிரை உறிந்துகொண்டு எவ்வளவு சொகுசாக வாழ்கின்றனர். ஏழைகளிடம் கொடுப்பதற்கு ஒன்றும் இல்லை என்றாலும், அவர்களிடம் உடல் உறுப்புகளைத் திருடி, அதில் வாழ்க்கை நடத்துகிறார்கள். நிலாவின் ஆட்டத்திற்கு ஓர் முடிவு கட்டாமல் நாம் இங்கு இருந்து செல்லக்கூடாது சவிதா....'' என்று சொல்லிக்கொண்டே புதரில் இருந்து எழுந்தவள், சவிதாவையும் அவள் கைப்பற்றி எழுப்பினாள்.

''ஆனா அது எப்படி அக்கா முடியும். கொஞ்சம் அசந்தாலும் நம்மை அவர்கள் கொன்றுவிடுவார்கள்.'' என்றவள் பேச்சில் சிறிது பயம் கலந்து இருந்தது.

திரும்பி அவர்கள் ஒழிந்திருந்த புதரில் பூத்துக்குலுங்கி இருந்த கோல்டன் வாட்டல் மலர்களைப் பார்த்த கோசலா அதன் அருகில் சென்று, அதில் ஒன்றை பறித்தவள், ''இந்த மலர்களைப் பார்த்தியா சவிதா. இது தங்கத்தில் குளித்ததைப் போல் எவ்வளவு அழகாக இருக்கின்றது. இது தான் ஆஸ்திரேலியாவின் தேசிய மலர். இது ஒற்றுமையின் சின்னத்தைக் குறிக்கின்றது. ஒற்றுமையாக நாம் எந்த செயலைச் செய்தாலும் அது வெற்றியில் தான் முடியும்.'' என்று வீர மங்கையைப்

போல் கர்ஜித்தவள், பின் சவிதாவிடம் சில விவரங்களை சொல்லிவிட்டு அங்கிருந்து வெளியேறினாள்.

அங்கிருந்து யாருக்கும் தெரியாமல் வேகமாக வீட்டை விட்டு வெளியே வந்தாள் கோசலா. இங்கு பதுங்கிப் பதுங்கி எப்படியே வீட்டினுள் சென்றுவிட்டாள் சவிதா.

அவளைப் பார்த்த அந்தப் பெண், "இவ்வளவு நேரம் என்ன செய்து கொண்டிருந்தாய்?." என்றாள் கேள்வியாக.

சற்றும் திணறாத சவிதா, "உடம்பு சரியில்லை மேம் அதான்." என்று கூறி சமாளித்தாள். பின் வேலைகளில் தன் கவனத்தை செலுத்திய சவிதா எவ்வாறு அனைவருக்கும் இதை தெரியப்படுத்துவது என்று யோசிக்க ஆரம்பித்தாள்.

'நிலா மருத்துவமனை' என்ற பொன் எழுத்துகளால் அலங்கரிக்கப்பட்டு, பல அடுக்கு மாடிகளைக் கொண்டு கட்டப்பட்டிருந்த நிலாவின் சொந்த மருத்துவமனைக்குள் வந்தாள் கோசலா.

வானுயர்ந்த கட்டிடத்தைப் பார்த்து, "ஏழைகளின் ரத்தத்தில் உருவான இந்த கட்டிடத்தை நான் தரைமட்டமாக்குவேன்." என்று சூளுரைத்தப்படியே உள்ளே சென்றாள்.

தன்னை யாரும் அடையாளம் கண்டுவிடாமல் இருக்க முகத்தில் முகக்கவசம் அணிந்திருந்தாள். உள்ளே சென்றதும், இது மருத்துவமனையா அல்லது ஐந்து நட்சத்திர விடுதியா என்று என்னும் வகையில் இருந்தது அந்த மருத்துவமனை.

இதை எல்லாம் யோசித்துக்கொண்டே உள்ளே சென்றவள் அதிர்ச்சியடைந்தாள். ஏனென்றால், அங்கு துப்புரவு வேலை செய்வதில் இருந்து நோயாளிகளாக வருவது வரை அனைத்தும் இந்தியர்கள் தான். மருத்துவனையில் கூட்டம் நிரம்பி வழிந்தது.

அங்கு கண்காணிப்பு கேமரா இருப்பதையும் கண்டு கொண்டவள். சத்தம் இல்லாமல் அங்கு காத்திருப்பவர் இருக்கையில் அமர்ந்தாள்.

அவள் அமர்ந்ததும் இதுக்காகவே பணியில் இருக்கும் பெண் ஒருத்தி அவள் அருகில் வந்து, "எஸ் மேம். நீங்க யாரை பார்க்கணும்." என்றாள் கேள்வியாக.

கோசலாவின் பக்கத்து இருக்கையிலும் சிலர் அமர்ந்திருந்தனர். அவர்களைத் திரும்பி பார்த்தவள், பின் அந்த பெண்ணிடம், "நான்

என்னுடைய சிகிச்சைக்காக மகப்பேறு மருத்துவர் டாக்டர் நிலாவைப் பார்க்க வந்துருக்கேன்.'' என்றாள்.

அதற்கு அந்த பெண்ணோ, ''உங்களிடம் அப்பாயின்மெண்ட் இருக்கா மேம்.'' என்றாள் பணிவாக.

''இல்லை. ஆனா நான் டாக்டர் நிலாவை பார்க்க இந்தியாவில் இருந்து வந்துருக்கேன்.'' என்று வெளியே சொன்னாலும், அவளுக்கு கொஞ்சம் பயமாகவே இருந்தது. ஏனென்றால் இந்தப் பெண் நேரடியாக நிலாவின் முன்பு தன்னை கொண்டு நிறுத்திவிட்டால் என்ன செய்வது என்று வேறு யோசித்தாள்.

ஆனால் அவளுக்கு சிரமம் வைக்காமல், அந்தப்பெண்ணே, ''சாரி மேம். டாக்டர் நிலா, விவிஐபிக்களை மட்டுமே பார்ப்பாங்க. இப்ப கூட பாலிவூட்டில் உள்ள முன்னணி நடிகை ஒருவருக்கு தான் சிகிச்சை செய்றாங்க.'' என்றாள்.

'அங்கு ஏழை பெண்களின் உயிரை உறிந்துவிட்டு, இங்கு பணம் இருப்பவர்களிடம் பண்டம் மாற்று செய்கின்றாயா...' என்று மனதில் நினைத்தவள் வெளியே, ''அதனால் பிரச்சனை இல்லை. ஆனால் நான் ரொம்ப தூரத்தில் இருந்து இங்கு வந்துள்ளேன். எனக்கு வேற டாக்டர் அப்பாயின்மெண்ட் கிடைக்குமா?.'' என்றாள் கோசலா.

''கண்டிப்பா மேம். அதற்கு தானே நாங்கள் இருக்கின்றோம். நீங்கள் இரண்டாவது மாடியில் உள்ள ஒரு லேடி டாக்டரைப் பார்க்கலாம். அவங்க தான் அவுட் பேஷண்ட்டை பார்ப்பார்கள்.'' என்றாள்.

கோசலாவும் அவளுக்கு நன்றி தெரிவித்துவிட்டு மெதுவாக அங்கிருந்து சென்றாள். மெதுவாக இருபக்கமும் பார்த்துக்கொண்டே சென்றவள், ஓர் ஓரத்தில் உள்ள சுவற்றில் பெரியதாக மாட்டி இருந்த காகிதத்தை பார்த்தாள். அதில் அங்கு வேலை பார்க்கும் அனைத்து மருத்துவர்களின் பெயரும் இருந்தது.

அதை கவனித்துப் பார்த்தவள், 'இங்கு நிலாவின் கணவன் நகுல் பெயர் இல்லையே!' என்று யோசித்தாள்.

அவள் அங்கு நிற்பதைப் பார்த்த செவிலிப் பெண் ஒருத்தி, ''எதுக்காக இங்க நிக்குறீங்க?. உங்களுக்கு என்ன வேணும்.'' என்று விசாரிக்க ஆரம்பித்தாள்.

அப்போது தான், மருத்துவமனையில் கூட்டம் இருந்தாலும் கண்காணிப்பு பலமாக இருப்பதை உணர்ந்தாள் கோசலா.

“இங்க நான் டாக்டர் நகுலை பார்க்கவந்தேன். அதான்....” என்று கோசலா சொல்லும் போதே, அவளை இடைமறித்த அந்த செவிலிப்பெண், “நீங்க சொல்ற பெயரில் அப்படி ஒரு மருத்துவர் இங்கு கிடையாது மேம்.” என்று சொன்னதும், அடுத்து தான் என்ன பேசுவது என்று வேகமாக யோசிக்க ஆரம்பித்தது கோசலாவின் மூளை.

“அது... அதான்.... பெயர் மறந்துவிட்டேன்.” என்று சொல்லிக்கொண்டே திரும்பவும் தன் கண்களை அந்த காகிதத்தில் பதியவிட்டாள்.

அதில் நத்தப்பன் என்ற பெயரை பார்த்தவள், “ஆங்... நியாபகம் வந்துருச்சு அவர் பெயர் நத்தப்பன்.” என்றாள் கோசலா.

“ஓ... அவரா. அவர் இப்போது இங்கில்லை மேம். நீங்க அவரை புதுசா பார்க்க வந்துருகீங்களா?” என்றாள் கேள்வியாக.

அவளைப் பார்க்க சிறிது ஓட்டை வாயாக தென்பட்டது கோசலாவிற்கு, தன் விசாரணையைத் துவங்க, இவள் தான் சரியான ஆள் என்று நினைத்த கோசலா, அவளிடம் பேச்சை வளர்க்க ஆரம்பித்தாள்.

அவளின் படிப்பு சம்பந்தமாக விசாரித்தவள், தன் உடைக்குள் இருந்த கழுத்து சங்கிலியை வெளியே எடுத்து போட்டாள். அதன் டாலரில் சிறிய வகை கேமரா ஒன்று பொருத்தப்பட்டு இருந்தது.

“உங்கக் கூட பேசியதில் மிகவும் சந்தோசம் சிஸ்டர். நீங்க பார்க்க நர்ஸ் மாதிரியே தெரியல. அப்படியே மாடல் மாதிரி இருக்கீங்க.” என்று பெரிய ஐஸ் கட்டி ஒன்றை அவளின் தலையில் வைத்தாள் கோசலா.

அதில் வெட்கப்பட்ட அந்தப் பெண், “நானும் மாடலிங் போகலாம்னு நினைச்சேன். பிறகு என் குடும்ப கஷ்டம் காரணமாக இதில் வந்து சேரவேண்டியதாகி விட்டது.” என்று வருத்தப்பட்டாள்.

“இந்த நத்தப்பன் தான், டாக்டர் நிலாவின் கணவரா?” என்று கேட்டாள் கோசலா.

அவள் ஆமாம் என்றதும். ‘அப்ப நகுல் தான் நத்தப்பன்னா... இந்த நிலா, இவளுக்குப் பிடிச்ச மாதிரி எல்லாம் அமைய, எது வேண்டும்னாலும் செய்வா போலையே!’ என்று நினைத்தாள் கோசலா.

கோசலா அமைதியாக் இருப்பதைப் பார்த்த அந்த செவிலிப்பெண், “என்னாச்சி மேம் அமைதியாகிட்டீங்க.” என்றாள் கலகலப்பான குரலில்.

“நான் இங்க வந்ததே டாக்டர் நிலாவை பார்க்கத்தான். ஆனா அவங்களை பார்க்க முடியாதுன்னு சொல்லிட்டாங்க. அதான் அதை நினைச்சு எனக்கு வருத்தமாக இருக்கு. அவங்களை பார்ப்பதற்க்கு நான் இந்தியாவில் இருந்து வந்துருக்கேன்.” என்று சோகமாக இருப்பதைப் போன்ற பாவனையில் பேசினாள் கோசலா.

“இந்தியாவில் எவ்வளவோ நல்ல மருத்துவமனை இருக்கும் போது, போயும் போயும் இங்க எதற்காக வந்தீங்க மேம். இவங்க பயங்கரமான பணப்பேய்கள். அதுவும் டாக்டர் நிலா இருக்காங்களே...” என்று ஏதோ சொல்ல வந்தவள், திடீரென்று தன் பேச்சை நிப்பாட்டிவிட்டு, “நான் இப்படி சொன்னேன் என்று தயவுசெய்து யாரிடமும் சொல்லிவிடாதீர்கள் மேம். அப்பறம் என் வேலை போய்விடும்.” என்றாள் பயந்த குரலில்.

“சீ... சீ.... நான் அப்படி எல்லாம் செய்ய மாட்டேன் சிஸ்டர். என் தங்கை ஒருத்தி தான், டாக்டர் நிலா கைராசியான மருத்துவர், அவங்களிடம் சென்றாள் உன் புலம்பல் உடனே தீரும் என்று கூறினாள். அதான் நான் இங்கு வந்தேன்.” என்று பொறுமையாக விளக்கினாள் கோசலா.

“நிலா டாக்டர் கைராசியானவங்க தான். ஆனா குணம் என்னவோ மட்டம் தான். இங்கு வேலை பார்க்கும் மற்ற மருத்துவரைக் கூட மதிக்க மாட்டார்கள். பிறகு எங்களைப் போன்ற செவிலியர்களின் நிலையை நினைத்துப் பாருங்கள். ஆனால் இதில் நான் கொடுத்து வைத்தவள், ஏனென்றால், நான் எப்போதும் நிலா டாக்டரிடம் அசிஸ்ட் செய்யமாட்டேன்.” என்று தான் மிகவும் கொடுத்துவைத்தவள் போல் பேசினாள்.

“என்ன இருந்தாலும் நிலா டாக்டர் க்ரேட் தான் சிஸ்டர். அவங்களால், இன்று பல பேருக்கு குழந்தை பாக்கியம் கிடைக்கின்றது.” என்று உள்ளே பல்லை கடித்துக்கொண்டே தான் கூறினாள் கோசலா.

“அப்ப நீங்க குழந்தைக்காக இங்கு வந்துருக்கீங்களா? அப்ப கண்டிப்பா கோடி கணக்கில் செலவாகும் மேம். ஆனா எவ்வளவு செலவானாலும் நிலா டாக்டர் உங்களைப் பார்க்க மாட்டாங்க.” என்று அவள் கூற.

“அப்ப நான் வேற மருத்துவர்... அதான் நிலாவின் கணவர் இருக்காரே அவரிடம் பார்க்கலாம்னு நினைச்சேன். இப்ப அவரும் இல்லையா! நான் பேசாமல் இரண்டாவது மாடியில் உள்ள மருத்துவரை

அனுகிக்கொள்கின்றேன்.'' என்று திக்கித் திணறி ஏதேதோ பேசிவிட்டு அங்கிருந்து நகன்றாள்.

'இங்கு யாரிடம் விசாரித்தாலும் இதே பதிலைத் தான் சொல்வார்கள். நாமே இனி களத்தில் இறங்கலாம்.' என்று நினைத்தபடி சென்றவள், ஒரு அறைக்குள் ஐந்து இளம்பெண்கள் வரிசையாக செல்வதைப்பார்த்து அவர்களின் பின்னே செல்ல ஆரம்பித்தாள்.

அங்கு கண்காணிப்பு கேமாரா இருந்தாலும் அதை துளியும் சட்டை செய்யாமல், வந்த வேலையைப் பார்க்க ஆரம்பித்தாள்.

அந்த பெண்கள் முகத்தைப் பார்த்தவள், 'இவங்க வீட்டில் வேலை செய்யும் அதே பெண்கள் தானே! இவர்கள் எல்லாரும் எதற்காக ஒன்று போல் இங்கு வருகின்றனர்.' என்று யோசிக்கும் போதே அந்த அறை-யில் கிடந்த ஒவ்வொரு படுக்கையிலும் ஒவ்வொருவராக படுக்க ஆரம்-பித்தனர்.

அவர்கள் பின்னே வந்த நிலாவும் அந்த அறையில் உள்ள திரைக்-குப் பின் மறைந்து கொண்டு இங்கு நடப்பதைக் கண்காணிக்க ஆரம்-பித்தாள்.

அனைவரும் படுத்த மறுநொடியே, நிலா அந்த அறைக்குள் ராஜ தோரணையில் வந்து சேர்ந்தாள். அவளின் துணைக்கு ஒரே ஒரு செவி-லிப் பெண் மட்டுமே வந்தாள்.

இவள் இங்கு பார்த்துக்கொண்டு இருக்கும் போதே நிலா ஒவ்வொரு பெண்களின் புஜத்திலும் ஊசியை இறக்கினாள். அவள் ஊசியை குத்தும் போது மருத்துவர் போலவே தெரியவில்லை. சைகோ கையில் ஊசி கிடைத்தால் அது என்ன செய்யுமோ, அதைப்போலவே நடந்து கொண்-டாள் நிலா.

அவளின் முகபாவனையை திரைக்குப் பின்னால் மறைந்து நின்று பார்த்த கோசலாவிற்கு பயத்தைக் கொடுத்தது. 'என்ன இப்படி பண்றா. அவங்களும் மனிதர்கள் தான் என்று சிறிதும் யோசிக்காமல், இப்படி விலங்கிற்கு ஊசி போடுவது போல் இப்படி நடந்துகொள்கிறாளே!'' என்று நினைத்த கோசலாவால் வேறு எதுவும் செய்யமுடியவில்லை.

அங்கு இருக்கும் பெண்கள் அனைவரும் வெறும் 16ல் இருந்து 19 வயது வரை இருக்கும் பெண்கள் தான். அவள் ஊசியை குத்தும் போது உயிரற்ற ஜடம் போலவே அனைவரும் இருந்தனர். அவர்கள் இருந்த

நிலையே, அவர்கள் இது அவர்களுக்குப் புதியது அல்ல என்பதனைக் காட்டியது.

இறுதியாக ஒரு பெண்ணிற்கு ஊசியை செலுத்தும்போது, அந்தப் பெண் வலியால் அலறிவிட்டாள்.

அவளின் அலறல் சத்தம் கேட்டு, தான் இருக்கும் இடத்தை மறந்த கோசலாவும் கத்திவிட்டாள்.

18

அந்தப் பெண் கத்திய கத்தலில் கோசலாவும் சிறிது கத்திவிட்டாள். சட்டென்று தன் கை கொண்டு வாயைப் பொத்தியவள், தன்னை நோக்கி மெதுவாக வரும் காலடி சத்தம் கேட்கவே, அவளது கண்கள் அதிர்ச்சியில் விரிந்து கொண்டது.

அவள் கண்கள் அங்கும் இங்கும் அலைப்பாய ஆரம்பித்தது. நம் உடலில் உள்ள பாகங்களில், கண்கள் மட்டும் தனி உறுப்பல்ல. அது நம் மூளையின் ஒரு பகுதி மட்டுமே.

அந்த கண்களில் தோன்றிய பயம் மூளைக்கு வந்தடைந்தது. உடனே வேகவேகமாக அங்கிருந்து தப்பிக்கும் அபாயத்தைத் தேட ஆரம்பித்தாள் கோசலா. அவளுக்குப் பின்னால் ஒரு ஜன்னல் இருப்பதைப் பார்த்தவள் வேகமாக அதில் இருந்து வெளியே குதித்தாள்.

இங்கு நிலாவோடு வந்த செவிலிப்பெண், திரையை விளக்கிப் பார்த்தவள், அங்கு யாரும் இல்லாதிருப்பதைக் கண்டவள், நிலாவிடம் வந்து, “இங்கு யாரும் இல்லை மேம்.” என்றாள் பணிவாக.

அவளை முறைத்தவள், “அப்ப என்னை செவுடுன்னு சொல்றியா?” என்று சீறினாள்.

பதறிய செவிலிப்பெண், “அச்சோ… அப்படி இல்லை மேம். என் காதில் அப்படி எந்த சத்தமும் விழவில்லை அதான்…” என்று கூறி இழுத்தவள், நிலாவின் கோபம் அதிகரிப்பதைப் பார்த்து, “மேம் துபாய் இளவரசி உங்களிடம் அப்பாயின்மெண்ட் வாங்கியிருக்காங்க. அவங்க எப்ப வேணாலும் இங்கு வரலாம்.” என்று கூறி அவளை திசை திருப்பினாள்.

இங்கு ஜன்னலில் இருந்து வெளியே குதித்த கோசலாவோ, வேறு அறைக்குள் நுழைந்திருந்தாள். ஆம் அந்த ஜன்னலில் இருந்து வெளியே செல்ல வழியில்லை. அது அவளுக்கு வேறு ஒரு அறைக்குள் செல்லும் வழியில் கொண்டு நிறுத்தியது.

அந்த அறைக்குள் இன்னொரு அறை இருந்தது. ஆனால் அதனுள் செல்ல வழியில்லை. அது ஒரு கண்ணாடி அறை.

அதன் அருகே நின்றவள் உள்ளே என்ன இருக்கின்றது, எனப்-பார்க்க ஆரம்பித்தாள்.

உள்ளே, பலவித வயர்களால் சூழப்பட்டு அதன் நடுவே பத்து வயதி-ருக்கும் சிறுவன் ஒருவன் கண்களை மூடியபடி படுத்திருந்தான். கொஞ்-சம் தள்ளி இன்னொரு படுக்கையில் ஒரு சிறுவன் படுத்திருப்பது கோச-லாவின் கண்களுக்குத் தெரிந்தது.

அது யார் என்று உற்று பார்த்த கோசலா அதிர்ந்து கத்தும் போது சரியாக அவள் பின்னிருந்து அவள் வாயை தன் கைவைத்து மூடினான் கவிதன்.

அவளை இழுத்து வேறு ஒரு பக்கமாக வெளியே கொண்டுவந்த பின் தான், அவள் வாயில் இருந்த தன் கைகளை எடுத்தான். திடீ-ரென்று தன்னை ஒருவர் பிடித்ததும் செயல் இழந்து கோபம் கொண்ட-வள், அது கவிதன் என தெரிந்த பின்னே அமைதியானாள்.

வெளியே வந்தவள் கவிதனைப் பார்த்து கத்த ஆரம்பித்தாள், “உங்க பாசம் எங்க கொண்டு வந்து நிறுத்திருக்குன்னு பாருங்க. என் பையன்...” என்று சொல்லிக்கொண்டே மீண்டும் உள்ளே செல்லப்போ-னவளை தடுத்து நிறுத்தியவன், “பொறுமையாக இரு கோசலா. அந்த அறைக்குள் நம்மால் போக முடியாத படி எதுவோ செய்து வச்சிருக்-காங்க. இந்த ஊரில் உள்ள என் நண்பனின் உதவி மூலம் இங்குள்ள கண்காணிப்பு கேமரா முழுவதையும் ஹேக் பண்ணிட்டேன்.” என்றவன் தலை முடியெல்லாம் களைந்து போய், பொழிவிழந்த தோற்றத்துடன் காணப்பட்டான்.

“என் பையன்... உள்ள இருக்கான்... அவனை எப்படியாவது காப்-பாத்துங்க கவிதன்...” என்று திணறியபடி பேசியவள், பின் என்ன நினைத்தாளோ, தன் கரம் கொண்டு, ஆவேசமாக கவிதனை தாக்க ஆரம்பித்தாள், “இதுக்கெல்லாம் காரணம் நீ மட்டும் தான். இன்னைக்கு

காலையில் உன் கூட தானே என் பையனை அனுப்பி வச்சேன்... அவன் எப்படி இங்கு வந்தான்.'' என்று கூறிக்கொண்டே அவனை அடித்தவள், பின் அவன் கன்னத்தில் மாறிமாறி அறைய ஆரம்பித்தாள்.

அவளின் அவ்வளவு தாக்குதலையும் தாங்கியவன், தனக்கு இந்த தண்டனை மட்டும் போதாது என்று நினைக்க ஆரம்பித்தான்.

அவனை அடித்து அடித்து ஓய்ந்தவள் தோள்களைப் பற்றியவன், ‘‘இந்த மருத்துவமனயை சுற்றி காவலர்கள் இருக்காங்க கோசலா. அதுவும் இல்லாமல் நம் மகனிற்காக நாம் இருவரும் இருக்கின்றோம் அவனுக்கு ஒன்னும் ஆகாது.'' என்று மனதில் பயம் இருந்தாலும் கோசலாவிற்கு ஆறுதல் கூறினான்.

‘‘எப்படிங்க நான் பயம் இல்லாமல் இருக்க முடியும்... அவன் மயக்க நிலையில் இருக்கான்.'' என்று தன் வாயைப் பொற்றியபடி அழுதாள்.

‘‘ஒன்னும் இல்லை கோசலா. அவனை டெஸ்ட் செய்யவே மயக்க நிலையில் வச்சிருக்காங்க. அவனுக்கு ஒன்னும் ஆகாது.'' என்று கூறிக்கொண்டே அவளை அணைத்தான்.

பின் சிறிது நேரத்திற்குப் பிறகு, ‘‘என்னை அந்த நிலா இங்க வரவச்சி நல்லா ஏமாத்தியிருக்கா... அவள் சாவு கண்டிப்பா என் கையில் தான். துரோகி...'' என்று முணுமுணுத்தவன், ‘‘ஆமாம் நீ எப்படி இங்கு வந்தாய்?.'' என்றான் கோசலாவிடம்.

‘‘அதெல்லாம் நான் அப்பறம் சொல்றேன். நீங்க முதல்ல சொல்லுங்க. நம்ம துருவனை எதுக்காக இப்படி படுக்க வச்சிருக்காங்க.'' என்று தன் கேள்வியில் நின்றாள்.

அதற்கு தன் கண்ணின் ஓரம் வழிந்த கண்ணீரை துடைத்தவன், ‘‘நீ பார்த்தியே அங்க ஒரு பையன் படுத்திருந்ததை. அவன் தான் நிலாவின் மகன் விராட். இவனுக்கு சிகிச்சை செய்யவே நான் முதன் முதலாக இங்கு வரவைக்கப்பட்டேன். ஆனால் நான் சிகிச்சை செய்தது, இவனுக்கு அல்ல. அது வேறு ஒரு பாலகன்.

அவனை தன் மகன் எனக்கூறி என்னிடம் முதன் முதலாக வந்தவள் தான் நிலா. நான் செய்த தவறுக்கு என் மகனைக்கேட்டாள்.'' என்று அவன் சொன்னதும் வெறுமையாக சிரித்தாள் கோசலா.

‘‘உங்க அக்கா பாசம் எங்க கொண்டு வந்து நிப்பாட்டி இருக்குன்னு பார்த்தீங்களா?. இதில் நீங்க என்னைக்கூட நம்பவில்லை.'' என்று

அவள் சொன்னதும்.

“திரும்பவும் ஆரம்பிக்காத கோசலா. நம் பையனை எப்படி இங்கிருந்து காப்பாத்தணும்னு மட்டும் யோசி.” என்றான்.

“நம் பையனை மட்டுமல்ல கவிதன், இங்கிருக்கும் அனைத்து ஏழைப்பெண்களையும் காப்பாற்றும் கடமை நமக்கு இருக்கின்றது.” என்று கோசலா சொன்னதும் தான், ‘வீட்டில் எதுவோ தப்பாக நடப்பதாக,’ முன்பு கோசலா சொன்னது, கவிதனின் நியாபகத்திற்கு வந்தது.

“பெரிய பிரச்சனையா கோசலா?.” என்றான் திகிலடைந்த குரலில்.

“ஆமாம் பெரிய பிரச்சனை தான் கவிதன். ஆனா அதுக்கு முன்னாடி நிலா எதுக்காக துருவனை கேட்டாள் என்று சொல்லுங்க.” என்று தன் மகனின் விஷயத்திற்கு வந்தாள்.

பெருமூச்சு ஒன்றை விட்டவன், “விராட் ஒரு விபத்தில் மூளைச் சாவு அடைந்துவிட்டான். அதனால் துருவனின் மூளையை எடுத்து விராட்டிற்க்கு பொருத்துவதற்கு தான் நம்மை நிலா இங்கு வரவழைச்சிருக்கா.” என்று மிகப்பெரிய குண்டை தூக்கி அவள் தலையில் போட்டான்.

அதுவும் சத்தம் இல்லாமல் அவள் தலையில் இருந்து இறங்கி அவளது மூளைக்கு சென்றடைந்தது. தன் தலையை பிடித்துக்கொண்டவள், “இதெப்படி சாத்தியம்?. மூளை மாற்று அறுவை சிகிச்சை சாத்தியம் இல்லாத ஒன்று. நிலா என்ன பைத்தியமா?.” என்று அதிகப்படியான கோபத்தில் கத்தினாள்.

“அது சாத்தியம் இல்லை கோசலா. ஆனால் இதை சாத்தியாமாக்க நிலா நினைக்கின்றாள். அவளே தான் இந்த ஆராய்ச்சியை செய்யப்போகின்றாள். அவளுக்கு தன் இரத்த உறவைச் சேர்ந்த ஒரு மூளை தேவைப்பட்டது. அதற்கு நம் துருவன் தான் சரியாக இருப்பான் என்று கணித்து, அவனிடம் இரண்டு தடவை ரத்த பரிசோதனை செய்துள்ளாள். இது அனைத்தும் எனக்கு இன்று காலையில் தான் தெரியவந்தது.” என்று சொல்லிவிட்டு தன் தலையைக் குனிந்து கொண்டான்.

அவள் சோதனை செய்ய இடம் கொடுத்தது இவன் தானே!. அந்த தாக்கம் அவனது மனதை கொல்லாமல் கொன்று கொண்டிருந்தது.

“நேற்று கூட இறுதி சோதனை செய்து தான் அவனை இங்கு கொண்டு வந்துள்ளனர்.” என்று நெஞ்சம் படபடக்கப் பேசினான்.

இது அழுவதற்கான நேரம் இல்லை என்பதனை நன்கு உணர்ந்த கோசலா, தன் கண்ணீல் இருந்து வழிந்த கண்ணீரை துடைத்துக்-கொண்டு, “இப்ப நாம் என்ன செய்யணும் கவிதன்?. எனக்கு இப்பவே என் பையன் என் அருகில் வேண்டும்.” என்றாள்.

அவளிடம் தன் திட்டங்களைக் கூறிய கவிதன் பின், “நீ எதுக்காக இங்கு வந்தாய் கோசலா. இதில் உன் உயிருக்குக்கூட ஆபத்தாகலாம்.” என்றான்.

“எனக்கு என் உயிரைப் பற்றி எந்த கவலையும் இல்லை கவிதன்.” என்றவள் அவனிடம், ஏழைப்பெண்களுக்கு ஏற்பட்ட துயர் முழுவதையும் அவசரமாக கூற ஆரம்பித்தாள்.

அதை முழுவதுமாக கேட்ட கவிதனின் முகம் அருவருப்பு அடைந்-தது. “நிலா இவ்வளவு கேவலமானவளா! சீ... இவளும் ஒரு பெண்ணா..” என்று கெட்ட வார்த்தைகளால் அவளை வசைமழை பொழிந்தான்.

பின், “இங்கிருக்கும் அனைவரையும் விடுதலை செய்து சட்டத்தின் முன்பு நிலாவையும் அவளது கணவனையும் நிப்பாட்டுவோம் கோசலா.” என்று அவளுக்கு உறுதி அளித்தான்.

அப்போது அந்தப்பக்கம் நகுல் செல்லவே, அதைப்பார்த்த இருவரும் அவனை பின் தொடர ஆரம்பித்தனர். தங்கள் ஒரே உயிரான, அவர்-களின் வாழ்வில் பேரானந்தமாக வந்த துருவனைக் காக்க இருவரும் களத்தில் இறங்கினர்.

சரியாக நகுல் கண்ணாடி அறைக்குள் நுழையும் போது, அவனின் பின் சென்ற கவிதனும் உள்ளே நுழைந்து அவனை தாக்க ஆரம்-பித்தான். அவனை தாக்கிக்கொண்டு இருக்கும் போதே, “கோசலா.... போ... போய்... துருவனைப் பாரு.” என்று கத்தினான்.

அவள் வேகமாக துருவனின் அருகே சென்று அவனை தூக்கினாள். அப்போது எங்கிருந்தோ வந்த நிலா, வெற்று ஆக்சிஜன் சிலிண்டரை கவிதனின் மேல் தள்ளினாள். நிதானம் இழந்த கவிதன் கீழே சென்று விழுந்தான்.

“உன் பையனை மட்டும் தான் கொல்லணும்னு நினைச்சேன்.... பரவாயில்லை நீங்க குடும்பத்தோட சேர்ந்து சாவுங்க...” என்று சொல்-லிக்கொண்டே பயங்கரமாக சிரிக்க ஆரம்பித்தாள்.

அவளைப் பார்க்க ஒரு பைத்தியகாரியாகவே அனைவருக்கும் தெரிந்தாள், "ஆனா ஒன்னு என் பையன் எனக்கு திரும்ப கிடைப்பான்." என்று சொல்லிகொண்டே அவள் மகன் விராட்டின் அருகே சென்றாள்.

"அம்மா உனக்காக எதுவேண்டுமானாலும் செய்வேன் கண்ணா." என்று கூறி அவன் நெற்றியில் முத்தம் வைத்தாள். அவள் ஒரு நல்ல அம்மாவாக இருந்தாலும், அவள் மிகப்பெரிய அரக்கி தான். அதுவும் இளம்பெண்களின் உயிரைக் குடிக்கும் கொடுரமானவள்.

இங்கு நகுலோ, கவிதன் அசந்த நேரம் அவனை மறுபடியும் தாக்க ஆரம்பித்தான். நிலா விராட்டின் அருகே நிற்கும் போது, இது தான் சந்தர்ப்பம் என்று கருதி துருவனை தூக்கிக் கொண்டு வெளியே சென்ற கோசலா, கவிதனின் அலைபேசி மூலம் வெளியே இருந்த காவலர்களுக்கு சிக்னல் கொடுத்தாள்.

கவிதன் நகுலோடு சண்டை செய்யும் போதே தன் அலைபேசியை கோசலாவிடம் ஒப்படைத்து இருந்தான்.

அந்த அறையில் மின் கசிவு ஏற்பட்டு கருகும் வாசம் வருவதை அங்கிருந்து வெளியே செல்லும் போது தான் கோசலாவிற்கு தெரிந்தது.

அதனால் காவலர்களுக்குத் தகவல் கொடுத்துவிட்டு மீண்டும், அந்த அறைப்பக்கம் வந்தவள், "கவி, இங்க கருகும் வாசம் வருது எப்படியாவது வெளியே வந்துருங்க." என்று கவிதனை நோக்கிக் கத்தினாள்.

அதற்குள் காவலர்கள் அங்கு வந்து நகுலை வெளியே இழுத்துக்கொண்டு வந்தனர். அவர்களுடன் கவிதனும் வெளியே வந்தான்.

பின் நிலாவை அவர்கள் கைது செய்ய வரும் போது, அவள் வேகமாக அந்த அறைக்கதவை அடைத்திருந்தாள், "என் பக்கம் யாரும் வராதீங்க...." என்று சைக்கோ போல் கத்தினாள்.

அவளைப் பார்த்து பதறிய நகுல், "நிலா... வெளிய வா. நாம் பண்ண தப்புக்கு தண்டனை அனுபவிச்சி தான் ஆகணும். உள்ள மின் கசிவு வேற ஏற்பட்டிற்க்கு தயவுசெய்து வெளியவா." என்று அழாத குறையாக கத்தினான்.

ஆனால் அவள் சிறிதும் அசைந்தாள் இல்லை. நகுலுக்கு தான் செய்யும் காரியத்தால் ஒரு நாள் தண்டனை நிச்சயம் என்றே நம்பியிருந்தான். அவன் இப்போது நல்லவன் போல் பேசக் காரணம், காலை-

யில் தான் அவனுக்கு ரத்த புற்றுநோய் இருப்பது தெரியவந்தது. அதை தன் பாவத்திற்கான தண்டனையாகவே நினைத்தான்.

அவன் நிலாவின் மேல் உயிரே வைத்திருந்தான். அதனால் தான் அவள் சொல்லும் அனைத்திற்கும் தலையாட்டிக்கொண்டு இருந்தான். மின் கசிந்த அறையில் இருந்து அவளை வெளியே வரவைக்க ஏதேதோ செய்து பார்த்தான்.

“இங்கு பாரு நிலா. நாம் சிறைச்சாலைக்குக் கூட போக அவசியம் இல்லை. நாம் ஜாமீன் வாங்கிக்கொள்ளலாம். தயவுசெய்து வெளியே வா...” என்று நகுல் கூற.

ஆனால் அது உள்ளே இருக்கும் நிலாவிற்கு கேட்டால் தானே!. அவள் உள்ளே இருந்து வீண் பிடிவாதம் செய்தாள். திடீரென்று அந்த அறையில் புகை சூழ ஆரம்பித்தது. பின் சட்டென்று தீப்பிடித்தது . கதவை உடைக்க காவலர்களுடன் சேர்ந்து, கவிதனும் ஏதேதோ முயற்சி செய்தான்.

ஆனால் தீ நன்றாக பரவிவிட்டது. அந்த அறைக்குள் யாரும் செல்லாமல் இருக்க மின்சாரம் மூலம் எதையோ செய்து வைத்திருந்தனர், நிலா மற்றும் நகுல் தம்பதியினர். இறுதியில் அது அவர்களுக்கே எமனாக முடிந்தது.

சில போராட்டங்களுக்குப் பிறகு கதவைத் திறந்து உள்ளே நுழைந்து, விராட்டையும், நிலாவையும் மீட்டனர்.

ஆனால் விராட் நன்றாக எரிந்து உருக்குலைந்து போயிருந்தான். அதைப்பார்த்து தன் கண்களை மூடிக்கொண்டாள் கோசலா. கவிதனும் எதுவும் பேசாமல் மௌனமாக நின்றிருந்தான். ஆனால் அவன் கண்களில் கண்ணீர் மட்டும் நிற்காமல் வலிந்து கொண்டிருந்தது.

நகுலோ வாயிலையும் வயிற்றிலையும் அடித்துக்கொண்டு அழுதான். பின் நிலாவை வெளியே கொண்டு வரும் போது, அவளது ஒரு பக்கம் முழுவதும் எரிந்து போய் பார்க்கவே கொடூரமாக இருந்தது. ஆனால் அவள் உடம்பில் இன்னும் சிறிது உயிர் ஒட்டிக்கொண்டு தான் இருந்தது.

பல பெண்களின் வாழ்க்கையில் விளையாண்டவள் வாழ்க்கையில் இன்று நெருப்பு விளையாடிவிட்டது. அவளை வேதனை கொள்ள வைக்கவே இன்னும் அவளின் மிச்ச மீதி உயிர் ஒட்டிக்கொண்டு இருக்-

கின்றது.

வீட்டில் நிலா அமர்த்திய பெண்ணை, சவிதாவுடன் சேர்ந்து மற்ற பெண்களும் அடித்து உதைத்து காவல் நிலையத்திற்கு அனுப்பி வைத்தனர். நிலா மருத்துவமனைக்கு சீல் வைக்கப்பட்டு, அங்கிருந்த அனைத்து மருத்துவர்களின் உரிமமும் ரத்து செய்யப்பட்டது. ஏழைப்பெண்களை ஏமாற்றி அவர்களிடம் கருமுட்டைகளை திருடியதற்காக நகுல் கைது செய்யப்பட்டான்.

வீட்டில் வேலை செய்யும் பெண்களின் பொறுப்பை, இனி தாமே ஏற்றுக்கொள்ள வேண்டும் என்று கவிதன் மற்றும் கோசலா தம்பதியினர் முடிவு செய்தனர்.

எல்லாம் முடிந்த பின், துருவனை கவிதன் வேலை செய்யும் மருத்துவமனைக்கு அழைத்து சென்று அவனுக்கு சிகிச்சை அளித்தனர். அதன் பின்னே அவன் கண் திறந்தான்.

வீட்டிற்கு இவர்கள் வந்ததும், சவிதா ஓடி வந்து கோசலாவை அணைத்துக்கொண்டாள்.

“இது நீங்க இல்லை என்றால் சாத்தியம் கிடையாது அக்கா. இங்கிருக்கும் அனைவரும் உங்களுக்கு நன்றிக்கடன் பட்டிருக்கோம்.” என்று உருக்கமாக பேசினாள்.

“இது என் ஒருவளால் மட்டும் சாத்தியம் இல்லை சவிதா. இதுக்கு நீங்கள் அனைவரும் ஒரு காரணம் தான்.” என்று கோசலாவின் பேச்சைக் கேட்டு சிரித்த சவிதா, “நாங்க என்ன அக்கா பண்ணோம். நீங்களும் அண்ணனும் தானே இதுக்குக் காரணம்.” என்றாள் வெகுளியாக.

“இல்லை சவிதா. பார்பி இங்கிருந்து சென்ற விஷயம் தெரிந்தவுடன், ஏதாவது பிரச்சனை வரும் என்று நினைத்து தான், நிலா உங்களை அழிக்க, இந்தப் பெண்ணை வைத்திருந்தாள். அதான் சொன்னேன்.” என்றாள் கோசலா.

பின் அனைத்து பெண்களும் கவிதன் மற்றும் கோசலாவிற்கு நன்றி கூறினர். அனைவரையும் பாதுகாப்பாக அவர்களின் ஊர்களுக்கு அனுப்பி வைத்த கவிதன், அவர்கள் சிகிச்சை செலவையும், அவர்கள் படிப்பு செலவையும் தானே ஏற்பதாக உறுதி கூறினான்.

நிலாவின் முடிவு இவ்வளவு அவசரமாக இருக்கும் என்று யாரும் எதிர்பார்த்திருக்க மாட்டார்கள்.

ஒரு மாதம் மருத்துவமனை சிகிச்சைக்குப் பின் தான் நிலாவின் உயிர் பிரிந்தது. அந்த ஒரு மாதமும் அவளுக்கு நரக வேதனை தான்.

நிலாவை கவிதனே அடக்கம் செய்தான். ஆனால் அப்போது அவன் கண்களில் சிறிதும் கண்ணீர் வரவில்லை. ஆனால் அவனது மனதோ மரத்துப்போய் இருந்தது.

நிலாவை அடக்கம் செய்த பின்னர் தான் அவர்கள் இந்தியா செல்ல விமானம் ஏறினர். ஆனால் இந்த ஒரு மாதமும் கோசலா சிறிதும் கவிதனிடம் பேசவில்லை. அவனோ, அவளிடம் பேச எவ்வளவோ முயற்சி செய்துவிட்டான். ஆனால் கோசலா சிறிதும் அசைந்து கொடுக்-கவில்லை.

இப்போது விமானத்தின் இருக்கையில் அமர்ந்ததும், அவனிடம் பேச ஆரம்பித்தாள், "நடந்ததை நினைச்சு வருத்தப்படாதீங்க கவி." என்று சொன்னதும், பேசியது கோசலா தானா... என்று கவிதனால் சிறிதும் நம்பமுடியவில்லை.

"நீ என்னை மன்னிச்சிட்டியா கோசலா..." என்று சந்தோசத்துடன் வினாவினான்.

"ம்ம்.... நீங்களும் எவ்வளவு கஷ்டத்தை மனதில் வைத்திருக்கீங்க. உங்களை நானும் சேர்ந்து நோகடிக்க விரும்பவில்லை. அதான்..." என்று சொன்னதும் அவளை அணைத்துக்கொண்டான்.

அவனை விலக்கியவள், "கொஞ்சம் பொறுங்க... நான் இன்னும் பேசி முடிக்கவில்லை. நீங்க பண்ண தப்புக்கு, என் பொட்டிக்கை புதுப்-பிக்க ஒரு எழுபத்தி ஐந்து லட்சம் கொடுங்க..." என்று பழைய நிலைக்-குத் திரும்பினாள் கோசலா.

அதைக்கேட்டு கவிதனின் முகம் போன போக்கைப் பார்த்து துருவன் அடக்கமாட்டாமல் சிரிக்க ஆரம்பித்தான். பின் அவர்களது பயணமும் ஒரு வழியாக முடிவுக்கு வந்தது.

முற்றும்.....

www.ingramcontent.com/pod-product-compliance
Lightning Source LLC
LaVergne TN
LVHW040444051026
849517LV00002B/754
9798888692257